NGHỆ THUẬT NƯỚNG BÁNH MÌ THUẦN CHAY TẠI NHÀ

Cách tiếp cận thuần chay đối với bánh mì tự làm thông qua 100 công thức nấu ăn

Kỳ Diệp

Tài liệu bản quyền ©2024

Đã đăng ký Bản quyền

Không phần nào của cuốn sách này được phép sử dụng hoặc truyền đi dưới bất kỳ hình thức nào hoặc bằng bất kỳ phương tiện nào mà không có sự đồng ý bằng văn bản thích hợp của nhà xuất bản và chủ sở hữu bản quyền, ngoại trừ những trích dẫn ngắn gọn được sử dụng trong bài đánh giá. Cuốn sách này không nên được coi là sự thay thế cho lời khuyên về y tế, pháp lý hoặc chuyên môn khác.

MỤC LỤC

- MỤC LỤC 3
- **GIỚI THIỆU** 6
- **BÁNH MÌ BỒ ĐÀO NHA** 7
  - 1. BOLA DE CARNE 8
  - 2. BROA DE MILHO 11
  - 3. PÃO ALENTEJANO 13
  - 4. PAPO-SECO HOẶC CARCAÇA 15
  - 5. PÃO DE MAFRA 18
  - 6. BROA DE AVINTES 21
  - 7. PÃO DE CENTEIO 23
  - 8. BROA DE AVINTES 25
  - 9. PÃO DE ÁGUA 27
  - 10. PÃO DE BATATA 29
  - 11. PÃO OF MEALHADA 31
  - 12. PÃO DE ALFARROBA 33
  - 13. PÃO DE RIO MAIOR 35
  - 14. PÃO DE CENTEIO 37
  - 15. REGUEIFA 39
- **BÁNH MÌ TÂY BAN NHA** 41
  - 16. PAN CON CÀ CHUA 42
  - 17. PAN RUSTICO 44
  - 18. PAN DE PAYÉS 46
  - 19. PAN GALLEGO 48
  - 20. PAN CUBANO 51
  - 21. PAN DE ALFACAR 53
  - 22. PAN CATETO 55
  - 23. PAN DE CRUZ 57
  - 24. PATAQUETA 60
  - 25. TELERA 62
  - 26. LONGUET 64
  - 27. BORONA 67
  - 28. SÚNG LỤC 69
  - 29. REGANAO 71
  - 30. TORTA DE ARANDA 73
  - 31. TXANTXIGORRI 75
  - 32. PAN DE SEMILLAS 77
  - 33. OREJA 80
- **BÁNH MÌ HY LẠP** 82
  - 34. LAGANA 83
  - 35. HORIATIKO PSOMI 85
  - 36. LADENI 87

37. Psomi Pita 89
38. Psomi Spitiko 91
39. Koulouri Thessalonikis 93
40. Nghệ thuật 96
41. Zea 98
42. Paximathia 101
43. Batzina 104
44. Psomi Tou Kyrion 106
45. Xerotigana 109

BÁNH MÌ PHÁP 112
46. Bánh mì baguette 113
47. Bánh mì baguette Âu Levain 117
48. Nỗi đau d'Épi 119
49. Pain d'Épi Aux Herbes 122
50. Fouée 125
51. Fougasse 128
52. Fougasse à l'Ail 131
53. Fougasse Âu Romarin 133
54. Đau De Campagne 135
55. Boule De Pain 138
56. La Petite Boule De Pain 141
57. Nỗi đau hoàn thành 144
58. Đau Aux Noix 147
59. Gibassier 150
60. Nỗi Đau Âu Sơn 152
61. Pháp Luân 154
62. Đau De Seigle 156
63. Miche 159

BÁNH MÌ Ý 161
64. Grissini Alle Erbe 162
65. Pane Pugliese 164
66. Grissini 167
67. Cửa Sổ Pita 169
68. Cửa sổ Al Farro 171
69. Focaccia 174
70. Focaccia Di Mele 177
71. Tâm thần phân liệt 180
72. Pane Di Altamura 182
73. Cửa sổ Casareccio 184
74. Cửa sổ Toscano 186
75. Pane Di Semola 188
76. Cửa sổ Al Pomodoro 190
77. Pane Alle Olive 192

- 78. Pane Alle Noci 194
- 79. Pane Alle Erbe 196
- 80. Pane Di Riso 198
- 81. Pane Di Ceci 200
- 82. Pane Di Patate 202
- 83. Taralli 204

BÁNH MÌ THỔ NHĨ KỲ 206
- 84. Simit 207
- 85. Ekmek 210
- 86. Lahmacun 212
- 87. Bazlama 215
- 88. Sırıklı Ekmek 217
- 89. Dung nham 219
- 90. Acı Ekmeği 221
- 91. Bắc Kinh 224
- 92. Cevizli Ekmek 226
- 93. Yufka 228
- 94. Pide Ekmek 230
- 95. Vakfıkebir Ekmeği 232
- 96. Karadeniz Yöresi Ekmeği 234
- 97. Köy Ekmeği 237
- 98. Tost Ekmeği 240
- 99. Kaşarlı Ekmek 242
- 100. Kete 245

KẾT LUẬN 248

GIỚI THIỆU

Chào mừng bạn đến với "Nghệ thuật nướng bánh mì thuần chay tại nhà", một cuộc phiêu lưu ẩm thực nơi chúng ta khám phá thế giới nướng bánh thuần chay thông qua 100 công thức làm bánh mì thú vị. Cuốn sách nấu ăn này là hướng dẫn giúp bạn tạo ra những chiếc bánh mì thơm ngon làm từ thực vật trong sự thoải mái ngay trong căn bếp của chính mình. Hãy tham gia cùng chúng tôi trong hành trình tôn vinh nghệ thuật làm bánh mì thuần chay, từ mùi thơm của bột nở cho đến cảm giác hài lòng khi thưởng thức một ổ bánh mì mới nướng.

Hãy tưởng tượng một căn bếp tràn ngập mùi thơm của bánh mì ấm, lớp vỏ vàng óng và những nguyên liệu lành mạnh phù hợp với lối sống thuần chay của bạn. "Nghệ thuật làm bánh mì thuần chay tại nhà" không chỉ là bộ sưu tập các công thức nấu ăn; đó là sự khám phá các kỹ thuật, hương vị và niềm vui khi làm bánh mì thuần chay. Cho dù bạn là một thợ làm bánh dày dặn kinh nghiệm hay một người mới bước vào thế giới thuần chay, những công thức này được tạo ra để truyền cảm hứng cho bạn tạo ra những ổ bánh mì thơm ngon và không độc hại.

Từ bánh mì sandwich cổ điển đến bột chua thủ công, từ món ngọt cho bữa sáng đến bánh mì mặn, mỗi công thức là sự tôn vinh tính linh hoạt và sáng tạo mà món nướng thuần chay mang lại. Cho dù bạn đang nướng bánh cho bữa sáng, bữa trưa, bữa tối hay một bữa ăn nhẹ thú vị, cuốn sách nấu ăn này là nguồn tài liệu tham khảo để nâng cao kỹ năng làm bánh mì thuần chay của bạn.

Hãy tham gia cùng chúng tôi khi chúng tôi đi sâu vào nghệ thuật làm bánh mì thuần chay, trong đó mỗi công thức là một minh chứng cho khả năng và độ ngon có được khi các nguyên liệu có nguồn gốc thực vật kết hợp với nhau. Vì vậy, hãy thu thập bột mì, men và các nguyên liệu thân thiện với người ăn chay, tận hưởng niềm vui làm bánh và bắt tay vào hành trình ẩm thực thông qua "Nghệ thuật nướng bánh mì thuần chay tại nhà".

BÁNH MÌ BỒ ĐÀO NHA

1. Bola De Carne

THÀNH PHẦN:
ĐỐI VỚI BỘT:
- 4 chén bột mì
- 10g muối
- 10g đường
- 7g men khô liền
- 250ml nước ấm
- 2 muỗng canh dầu ô liu

ĐỐI VỚI ĐIỀN:
- 300g thịt bò xay (hoặc hỗn hợp thịt bò và thịt lợn)
- 1 củ hành tây nhỏ, thái nhỏ
- 2 tép tỏi, băm nhỏ
- 1 củ cà rốt nhỏ, bào mịn
- 1 muỗng canh bột cà chua
- 1 thìa cà phê ớt bột
- Muối và hạt tiêu cho vừa ăn
- Rau mùi tây tươi cắt nhỏ (tùy chọn)

HƯỚNG DẪN:

a) Trong một tô trộn lớn, trộn bột mì, muối và đường.

b) Trong một bát nhỏ riêng biệt, hòa tan men khô tức thì trong nước ấm. Để yên trong khoảng 5 phút cho đến khi nó nổi bọt.

c) Đổ hỗn hợp men vào tô cùng với hỗn hợp bột. Thêm dầu ô liu. Trộn đều cho đến khi tất cả các thành phần được kết hợp kỹ lưỡng và tạo thành một khối bột dính.

d) Chuyển bột lên một bề mặt đã rắc chút bột mì và nhào trong khoảng 10 phút cho đến khi bột mịn và đàn hồi.

e) Đặt khối bột trở lại tô trộn, dùng khăn bếp sạch hoặc màng bọc thực phẩm bọc lại và để bột nở ở nơi ấm áp trong khoảng 1 đến 2 giờ hoặc cho đến khi khối bột nở gấp đôi.

f) Trong khi bột đang nở thì chuẩn bị nhân. Trong chảo, đun nóng một ít dầu ô liu trên lửa vừa. Thêm hành tây xắt nhỏ và tỏi băm vào xào cho đến khi chúng trở nên trong suốt.

g) Thêm thịt bò xay (hoặc hỗn hợp thịt bò và thịt lợn) vào chảo và nấu cho đến khi chín vàng. Thêm cà rốt bào, bột cà chua, ớt bột, muối và tiêu. Khuấy đều để kết hợp tất cả các thành phần. Nấu thêm vài phút nữa cho đến khi hương vị hòa quyện với nhau. Hủy bỏ nhiệt và để nguội.

h) Sau khi bột đã nổi lên, chuyển nó sang một bề mặt có rắc bột mì và chia thành hai phần bằng nhau.

i) Lấy một phần bột và cán thành hình tròn hoặc hình bầu dục, dày khoảng ¼ inch.

j) Trải một nửa phần nhân thịt lên trên miếng bột đã cán mỏng, để lại một đường viền nhỏ xung quanh các cạnh.

k) Cán phần bột thứ hai thành hình dạng tương tự và đặt nó lên trên phần nhân thịt, dán các mép lại với nhau. Bạn có thể uốn các cạnh bằng ngón tay hoặc dùng nĩa để ấn chúng lại với nhau.

l) Làm nóng lò nướng của bạn ở nhiệt độ 200°C (400°F).

m) Chuyển Bola de Carne đã lắp ráp vào khay nướng có lót giấy da. Rạch vài đường nông trên mặt bánh để hơi nước thoát ra trong quá trình nướng.

n) Nướng Bola de Carne trong lò làm nóng trước khoảng 30 đến 35 phút hoặc cho đến khi bên ngoài có màu nâu vàng và nghe thấy tiếng rỗng khi gõ vào đáy.

o) Lấy Bola de Carne ra khỏi lò và để nguội một chút trước khi cắt lát và phục vụ.

2.Broa De Milho

THÀNH PHẦN:
- 250g bột ngô (nghiền mịn hoặc vừa)
- 250g bột mì
- 10g muối
- 10g đường
- 10g men khô hoạt tính
- 325ml nước ấm
- Dầu ô liu, để bôi trơn

HƯỚNG DẪN:
a) Trong một tô trộn lớn, trộn bột ngô, bột mì, muối và đường.
b) Trong một bát riêng, hòa tan men trong nước ấm và để yên trong khoảng 5 phút cho đến khi men nổi bọt.
c) Đổ hỗn hợp men vào tô cùng với bột ngô và bột mì. Trộn đều cho đến khi tất cả các thành phần được kết hợp kỹ lưỡng và tạo thành một khối bột dính.
d) Đậy bát bằng khăn bếp sạch hoặc màng bọc thực phẩm và để bột nở ở nơi ấm áp trong khoảng 1 đến 2 giờ hoặc cho đến khi bột nở gấp đôi.
e) Làm nóng lò nướng của bạn ở nhiệt độ 200°C (400°F) và bôi mỡ lên khay nướng hoặc lót giấy da.
f) Sau khi bột đã nổi lên, nhẹ nhàng tạo hình thành một ổ bánh hình tròn hoặc hình bầu dục và đặt lên khay nướng đã chuẩn bị sẵn.
g) Đậy ổ bánh bằng khăn bếp sạch và để bột nở thêm 30 phút nữa.
h) Sau lần ủ thứ hai, dùng dao sắc hoặc lưỡi dao cạo rạch vài đường nông trên mặt bánh. Điều này sẽ giúp bánh nở ra khi nướng.
i) Đặt khay nướng vào lò nướng đã làm nóng trước và nướng bánh mì trong khoảng 30 đến 35 phút hoặc cho đến khi mặt ngoài có màu vàng nâu và khi gõ nhẹ vào đáy sẽ nghe thấy tiếng rỗng.
j) Sau khi broa de milho được nướng xong, hãy lấy nó ra khỏi lò và để nguội trên giá lưới trước khi cắt lát và phục vụ.

3.Pão Alentejano

THÀNH PHẦN:
- 4 chén bột mì đặc
- 350ml nước ấm
- 10g muối
- 5g men khô hoạt tính

HƯỚNG DẪN:

a) Trong một tô trộn lớn, trộn bột mì và muối.

b) Trong một bát riêng, hòa tan men trong nước ấm và để yên trong khoảng 5 phút cho đến khi men nổi bọt.

c) Đổ hỗn hợp men vào tô cùng với bột mì và muối. Khuấy đều cho đến khi các nguyên liệu hòa quyện hoàn toàn và tạo thành một khối bột dính.

d) Đậy bát bằng khăn bếp sạch hoặc màng bọc thực phẩm và để bột nở ở nơi ấm áp trong khoảng 1 đến 2 giờ hoặc cho đến khi bột nở gấp đôi. Điều này cho phép men lên men và phát triển hương vị.

e) Sau khi bột đã nở, hãy làm nóng lò nướng ở nhiệt độ 220°C (425°F).

f) Phủ nhẹ bột lên một bề mặt sạch và úp bột lên đó. Nhào bột khoảng 10 phút cho đến khi bột mịn và đàn hồi.

g) Nặn bột thành một ổ bánh tròn và đặt lên khay nướng có lót giấy da hoặc đĩa nướng đã phết dầu mỡ.

h) Đậy ổ bánh bằng khăn bếp sạch và để bột nở thêm 30 phút nữa.

i) Sau khi bột đã nở trở lại, bạn dùng dao sắc hoặc lưỡi dao cạo rạch vài đường chéo trên mặt bánh. Điều này sẽ giúp bánh nở ra khi nướng.

j) Đặt khay nướng vào lò làm nóng trước và nướng bánh mì trong khoảng 30 đến 35 phút hoặc cho đến khi bánh chuyển sang màu nâu vàng và nghe có vẻ rỗng khi gõ vào đáy.

k) Sau khi bánh mì nướng xong, lấy bánh ra khỏi lò và để nguội trên giá lưới trước khi cắt và thưởng thức.

l) Hãy thưởng thức Pão Alentejano tự làm của bạn!

4. Papo-Seco Hoặc Carcaça

THÀNH PHẦN:
- 4 chén bột mì
- 10g muối
- 10g đường
- 7g men khô liền
- 300ml nước ấm
- Dầu ô liu
- Thêm bột để quét bụi

HƯỚNG DẪN:

a) Trong một tô trộn lớn, trộn bột mì, muối, đường và men khô tức thì.

b) Dần dần thêm nước ấm vào nguyên liệu khô trong khi khuấy bằng thìa gỗ hoặc thìa.

c) Tiếp tục trộn cho đến khi bột quyện lại và trở nên khó khuấy.

d) Chuyển bột lên một bề mặt đã rắc chút bột mì và nhào trong khoảng 10 phút cho đến khi bột mịn và đàn hồi.

e) Nặn bột thành một quả bóng và đặt lại vào tô trộn. Rưới một ít dầu ô liu lên bột và xoay bột để phủ đều dầu.

f) Đậy bát bằng khăn bếp sạch hoặc màng bọc thực phẩm và để bột nở ở nơi ấm áp trong khoảng 1 đến 2 giờ hoặc cho đến khi bột nở gấp đôi.

g) Khi khối bột đã nổi lên, hãy đấm bột xuống để thoát khí và chuyển bột trở lại bề mặt đã rắc bột mì.

h) Chia bột thành nhiều phần nhỏ, mỗi phần nặng khoảng 70-80 g, tùy theo kích cỡ cuộn bánh mì mong muốn.

i) Định hình từng phần thành một quả bóng tròn bằng cách gấp các cạnh bên dưới và dùng lòng bàn tay lăn nó trên bề mặt.

j) Đặt các cuộn bánh mì đã tạo hình lên khay nướng có lót giấy da, chừa một khoảng trống giữa chúng để chúng nở ra.

k) Đậy khay nướng bằng khăn bếp sạch và để bánh mì nở thêm 30 phút nữa.

l) Làm nóng lò nướng của bạn ở nhiệt độ 220°C (425°F).

m) Khi các cuộn bánh mì đã phồng lên, hãy dùng một con dao sắc hoặc lưỡi dao cạo để rạch một vài đường chéo trên đầu mỗi cuộn bánh mì.

n) Đặt khay nướng vào lò làm nóng trước và nướng các cuộn bánh mì trong khoảng 15 đến 20 phút hoặc cho đến khi chúng chuyển sang màu nâu vàng và nghe có vẻ rỗng khi gõ vào đáy.

o) Sau khi nướng Papo-seco hoặc Carcaça, hãy lấy chúng ra khỏi lò và để nguội trên giá lưới trước khi dùng.

p) Thưởng thức Papo-seco hoặc Carcaça tự làm của bạn! Chúng hoàn hảo cho bánh sandwich hoặc phục vụ cùng với các bữa ăn yêu thích của bạn.

5.Pão De Mafra

THÀNH PHẦN:
- 1kg bột mì
- 20g muối
- 20g đường
- 20g men tươi
- 700ml nước ấm
- Dầu ô liu
- Thêm bột để quét bụi

HƯỚNG DẪN:
a) Trong một tô trộn lớn, trộn bột mì, muối và đường.
b) Trong một bát nhỏ riêng biệt, hòa tan men tươi trong một lượng nhỏ nước ấm. Nếu sử dụng men khô đang hoạt động, hãy hòa tan nó trong một lượng nhỏ nước ấm với một chút đường và để yên trong 5 phút cho đến khi nổi bọt.
c) Tạo một cái giếng ở giữa hỗn hợp bột và đổ hỗn hợp men đã hòa tan vào.
d) Dần dần thêm nước ấm vào bát, đồng thời khuấy bằng thìa gỗ hoặc thìa. Tiếp tục trộn cho đến khi bột quyện vào nhau.
e) Chuyển bột lên một bề mặt đã rắc chút bột mì và nhào trong khoảng 10-15 phút cho đến khi bột mịn, đàn hồi và hơi dính.
f) Nặn bột thành một quả bóng và đặt lại vào tô trộn. Rưới một ít dầu ô liu lên bột và xoay bột để phủ đều dầu.
g) Đậy bát bằng khăn bếp sạch hoặc màng bọc thực phẩm và để bột nở ở nơi ấm áp trong khoảng 2 đến 3 giờ hoặc cho đến khi bột nở gấp đôi.
h) Khi khối bột đã nổi lên, hãy đấm bột xuống để thoát khí và chuyển bột trở lại bề mặt đã rắc bột mì.
i) Chia bột thành hai phần bằng nhau và nặn từng phần thành một ổ bánh hình tròn hoặc hình bầu dục. Đặt các ổ bánh lên khay nướng có lót giấy nến.
j) Đậy khay nướng bằng khăn bếp sạch và để ổ bánh nở thêm 30 đến 60 phút nữa.
k) Làm nóng lò nướng của bạn ở nhiệt độ 230°C (450°F).
l) Sau khi bánh đã nở xong, bạn dùng dao sắc hoặc lưỡi dao cạo rạch vài đường chéo trên đầu mỗi ổ bánh.
m) Đặt khay nướng vào lò đã làm nóng trước và nướng bánh trong khoảng 25 đến 30 phút hoặc cho đến khi chúng chuyển sang màu nâu vàng và nghe có vẻ rỗng khi gõ vào đáy.
n) Sau khi Pão de Mafra được nướng xong, hãy lấy ổ bánh mì ra khỏi lò và để nguội trên giá lưới trước khi cắt lát và phục vụ.

6.Broa De Avintes

THÀNH PHẦN:
- 250g bột ngô (nghiền mịn hoặc vừa)
- 250g bột mì
- 10g muối
- 10g đường
- 7g men khô hoạt tính
- 325ml nước ấm
- Dầu ô liu, để bôi trơn

HƯỚNG DẪN:

a) Trong một tô trộn lớn, trộn bột ngô, bột mì, muối và đường.

b) Trong một bát nhỏ riêng biệt, hòa tan men khô đang hoạt động trong nước ấm. Để yên trong khoảng 5 phút cho đến khi nó nổi bọt.

c) Đổ hỗn hợp men vào tô cùng với bột ngô và bột mì. Trộn đều cho đến khi tất cả các thành phần được kết hợp kỹ lưỡng và tạo thành một khối bột dính.

d) Đậy bát bằng khăn bếp sạch hoặc màng bọc thực phẩm và để bột nở ở nơi ấm áp trong khoảng 1 đến 2 giờ hoặc cho đến khi bột nở gấp đôi.

e) Làm nóng lò nướng của bạn ở nhiệt độ 200°C (400°F) và bôi mỡ lên khay nướng hoặc lót giấy da.

f) Sau khi bột đã nổi lên, nhẹ nhàng tạo hình thành một ổ bánh hình tròn hoặc hình bầu dục và đặt lên khay nướng đã chuẩn bị sẵn.

g) Đậy ổ bánh bằng khăn bếp sạch và để bột nở thêm 30 phút nữa.

h) Sau lần ủ thứ hai, dùng dao sắc hoặc lưỡi dao cạo rạch vài đường nông trên mặt bánh. Điều này sẽ giúp bánh nở ra khi nướng.

i) Đặt khay nướng vào lò nướng đã làm nóng trước và nướng bánh mì trong khoảng 30 đến 35 phút hoặc cho đến khi mặt ngoài có màu vàng nâu và khi gõ nhẹ vào đáy sẽ nghe thấy tiếng rỗng.

j) Sau khi nướng Broa de Avintes, hãy lấy nó ra khỏi lò và để nguội trên giá lưới trước khi cắt và phục vụ.

7. Pão De Centeio

THÀNH PHẦN:
- 250g bột lúa mạch đen
- 250g bột mì
- 10g muối
- 7g men khô liền
- 325ml nước ấm
- Dầu ô liu, để bôi trơn
- Thêm bột để quét bụi

HƯỚNG DẪN:

a) Trong một tô trộn lớn, trộn bột lúa mạch đen, bột mì và muối.

b) Trong một bát nhỏ riêng biệt, hòa tan men khô tức thời trong nước ấm. Để yên trong khoảng 5 phút cho đến khi nó nổi bọt.

c) Đổ hỗn hợp men vào tô cùng với bột mì và muối. Trộn đều cho đến khi tất cả các thành phần được kết hợp kỹ lưỡng và tạo thành một khối bột dính.

d) Đậy bát bằng khăn bếp sạch hoặc màng bọc thực phẩm và để bột nở ở nơi ấm áp trong khoảng 1 đến 2 giờ hoặc cho đến khi bột nở gấp đôi.

e) Làm nóng lò nướng của bạn ở nhiệt độ 220°C (425°F) và bôi mỡ lên khay nướng hoặc lót giấy nến.

f) Sau khi bột đã nổi lên, chuyển bột lên một bề mặt đã rắc chút bột mì và định hình thành một ổ bánh hình tròn hoặc hình bầu dục.

g) Đặt ổ bánh lên khay nướng đã chuẩn bị sẵn. Tạo một vài vết cắt nông trên đầu ổ bánh bằng một con dao sắc hoặc lưỡi dao cạo.

h) Đậy ổ bánh bằng khăn bếp sạch và để bột nở thêm 30 phút nữa.

i) Nướng bánh mì trong lò làm nóng trước khoảng 35 đến 40 phút hoặc cho đến khi bánh có màu nâu vàng và nghe thấy tiếng rỗng khi gõ vào đáy.

j) Sau khi Pão de Centeio được nướng xong, hãy lấy nó ra khỏi lò và để nguội trên giá lưới trước khi cắt và phục vụ.

8.Broa De Avintes

THÀNH PHẦN:
- 250g bột ngô
- 250g bột mì
- 10g muối
- 7g men khô liền
- 325ml nước ấm
- Dầu ô liu, để bôi trơn

HƯỚNG DẪN:

a) Trong một tô trộn lớn, trộn bột ngô, bột mì, muối và men khô tức thì.

b) Dần dần thêm nước ấm vào nguyên liệu khô trong khi trộn. Tiếp tục trộn cho đến khi tất cả nguyên liệu hòa quyện hoàn toàn và tạo thành một khối bột dính.

c) Chuyển bột lên một bề mặt đã rắc chút bột mì và nhào trong khoảng 10 phút cho đến khi bột mịn và đàn hồi. Thêm bột mì nếu cần thiết nhưng lưu ý đừng làm bột quá khô.

d) Đặt khối bột trở lại tô trộn, dùng khăn bếp sạch hoặc màng bọc thực phẩm bọc lại và để bột nở ở nơi ấm áp trong khoảng 1 đến 2 giờ hoặc cho đến khi khối bột nở gấp đôi.

e) Khi bột đã nổi lên, hãy làm nóng lò nướng ở nhiệt độ 200°C (400°F).

f) Đấm bột xuống để thoát khí và tạo hình thành ổ bánh tròn hoặc từng cuộn tùy theo sở thích của bạn.

g) Đặt khối bột đã tạo hình lên khay nướng có lót giấy da. Thực hiện một vài vết cắt nông trên mặt bánh mì để có thể nở ra trong khi nướng.

h) Đậy khay nướng bằng khăn bếp sạch và để bột nở thêm 30 phút nữa.

i) Nướng Broa de Avintes trong lò làm nóng trước khoảng 30 đến 35 phút hoặc cho đến khi bên ngoài có màu nâu vàng và nghe thấy tiếng rỗng khi gõ vào đáy.

j) Lấy bánh mì ra khỏi lò và để nguội trên giá lưới trước khi dùng.

1.
2.

9. Pão De Água

THÀNH PHẦN:
- 4 chén bột mì
- 2 thìa cà phê muối
- 2 muỗng cà phê men ăn liền
- 2 cốc nước ấm

HƯỚNG DẪN:

a) Trong một tô lớn, trộn bột mì, muối và men instant.

b) Dần dần thêm nước ấm vào, trộn đều cho đến khi tạo thành bột mềm.

c) Chuyển bột lên bề mặt đã rắc bột mì và nhào trong khoảng 10 phút cho đến khi bột mịn và đàn hồi.

d) Đặt bột trở lại tô, dùng vải bọc lại và để ở nơi ấm áp trong 1-2 giờ hoặc cho đến khi bột nở gấp đôi.

e) Làm nóng lò ở nhiệt độ 450°F (230°C) và đặt đá nướng hoặc khay nướng lên giá giữa.

f) Đấm bột và tạo thành một ổ bánh hình tròn hoặc hình bầu dục.

g) Đặt ổ bánh lên khay nướng có lót sẵn giấy da và để bánh nở thêm 30 phút nữa.

h) Dùng dao sắc rạch chéo lên mặt bánh

i) Chuyển khay nướng lên đá nướng hoặc khay nướng đã được làm nóng trước trong lò.

j) Nướng trong khoảng 30-35 phút hoặc cho đến khi bánh có màu nâu vàng và nghe thấy tiếng rỗng khi gõ nhẹ vào đáy.

k) Lấy ra khỏi lò và để nguội trên giá lưới trước khi cắt và phục vụ.

10.Pão De Batata

THÀNH PHẦN:
- 2 củ khoai tây vừa, gọt vỏ và cắt khối
- 1 cốc nước ấm
- 2 muỗng canh dầu ô liu
- 1 muỗng canh men ăn liền
- 2 thìa cà phê muối
- 4 chén bột mì

HƯỚNG DẪN:

a) Đặt khoai tây thành khối vào nồi và đổ ngập nước. Đun sôi cho đến khi khoai tây mềm.

b) Xả khoai tây đã nấu chín và nghiền cho đến khi mịn. Để nó nguội một chút.

c) Trong một tô lớn, trộn nước ấm, dầu ô liu, men tức thì và muối. Trộn đều.

d) Thêm khoai tây nghiền vào hỗn hợp và khuấy đều cho đến khi kết hợp tốt.

e) Dần dần thêm bột mì vào, trộn đều cho đến khi tạo thành một khối bột mềm.

f) Chuyển bột lên bề mặt đã rắc bột mì và nhào trong khoảng 10 phút hoặc cho đến khi bột trở nên mịn và đàn hồi.

g) Đặt bột trở lại tô, dùng vải bọc lại và để ở nơi ấm áp trong 1-2 giờ hoặc cho đến khi bột nở gấp đôi.

h) Làm nóng lò nướng ở nhiệt độ 375°F (190°C) và bôi mỡ vào chảo bánh mì.

i) Đấm bột và tạo hình thành ổ bánh mì. Đặt nó vào chảo bánh mì đã phết mỡ.

j) Đậy chảo bằng một miếng vải và để bột nở thêm 30 phút nữa.

k) Nướng trong khoảng 30-35 phút hoặc cho đến khi bánh có màu nâu vàng và nghe thấy tiếng rỗng khi gõ nhẹ vào đáy.

l) Lấy ra khỏi lò và để nguội trên giá lưới trước khi cắt và phục vụ.

11.Pão Of Mealhada

THÀNH PHẦN:
- 4 chén bột mì
- 1 gói (2 ¼ thìa cà phê) men khô hoạt tính
- 1 thìa cà phê đường
- 1 thìa cà phê muối
- 2 cốc nước ấm

HƯỚNG DẪN:
a) Trong một bát nhỏ, hòa tan men và đường trong nước ấm. Để yên trong 5 phút cho đến khi nổi bọt.
b) Trong một tô trộn lớn, trộn bột mì và muối.
c) Đổ hỗn hợp men vào hỗn hợp bột rồi trộn đều để tạo thành khối bột dính.
d) Chuyển khối bột sang một bề mặt đã rắc chút bột mì rồi nhào trong khoảng 10 phút cho đến khi mịn và đàn hồi. Bạn có thể cần thêm một chút bột mì nếu bột quá dính.
e) Cho bột vào tô đã phết dầu mỡ, phủ khăn bếp sạch lên và để bột nở ở nơi ấm áp trong khoảng 1 giờ hoặc cho đến khi bột nở gấp đôi.
f) Làm nóng lò ở nhiệt độ 450°F (230°C).
g) Đấm bột và tạo thành một ổ bánh tròn.
h) Đặt ổ bánh lên khay nướng có lót giấy da.
i) Dùng dao sắc rạch vài đường nông trên mặt bánh.
j) Để bột nghỉ thêm 15 phút.
k) Nướng bánh mì trong lò làm nóng trước khoảng 20-25 phút hoặc cho đến khi vỏ bánh có màu nâu vàng và bánh mì nghe có vẻ rỗng khi gõ nhẹ vào đáy.
l) Lấy bánh mì ra khỏi lò và để nguội trên giá lưới trước khi cắt lát.

12.Pão De Alfarroba

THÀNH PHẦN:
- 4 chén bột mì
- 1 gói (2 ¼ thìa cà phê) men khô hoạt tính
- 1 thìa cà phê đường
- 1 thìa cà phê muối
- 2 thìa bột carob
- 2 muỗng canh dầu ô liu
- 1 ½ cốc nước ấm

HƯỚNG DẪN:

a) Trong một bát nhỏ, hòa tan men và đường trong nước ấm. Để yên trong 5 phút cho đến khi nổi bọt.

b) Trong một tô trộn lớn, trộn bột mì, muối và bột carob.

c) Đổ hỗn hợp men và dầu ô liu vào hỗn hợp bột rồi trộn đều để tạo thành khối bột dính.

d) Chuyển khối bột sang một bề mặt đã rắc chút bột mì rồi nhào trong khoảng 10 phút cho đến khi mịn và đàn hồi. Bạn có thể cần thêm một chút bột mì nếu bột quá dính.

e) Cho bột vào tô đã phết dầu mỡ, phủ khăn bếp sạch lên và để bột nở ở nơi ấm áp trong khoảng 1 giờ hoặc cho đến khi bột nở gấp đôi.

f) Làm nóng lò ở nhiệt độ 400°F (200°C).

g) Đấm bột và tạo hình thành ổ bánh tròn hoặc hình dạng mong muốn.

h) Đặt ổ bánh lên khay nướng có lót giấy nến.

i) Để bột nghỉ thêm 15 phút.

j) Nướng bánh mì trong lò làm nóng trước khoảng 25-30 phút hoặc cho đến khi vỏ bánh có màu nâu vàng và bánh mì nghe có vẻ rỗng khi gõ nhẹ vào đáy.

k) Lấy bánh mì ra khỏi lò và để nguội trên giá lưới trước khi cắt lát.

13. Pão De Rio Maior

THÀNH PHẦN:
- 4 chén bột mì
- 1 gói (2 ¼ thìa cà phê) men khô hoạt tính
- 1 thìa cà phê đường
- 1 thìa cà phê muối
- 2 cốc nước ấm

HƯỚNG DẪN:
a) Trong một bát nhỏ, hòa tan men và đường trong nước ấm. Để yên trong 5 phút cho đến khi nổi bọt.
b) Trong một tô trộn lớn, trộn bột mì và muối.
c) Đổ hỗn hợp men vào hỗn hợp bột rồi trộn đều để tạo thành khối bột dính.
d) Chuyển khối bột sang một bề mặt đã rắc chút bột mì rồi nhào trong khoảng 10 phút cho đến khi mịn và đàn hồi. Bạn có thể cần thêm một chút bột mì nếu bột quá dính.
e) Cho bột vào tô đã phết dầu mỡ, phủ khăn bếp sạch lên và để bột nở ở nơi ấm áp trong khoảng 1 giờ hoặc cho đến khi bột nở gấp đôi.
f) Làm nóng lò ở nhiệt độ 450°F (230°C).
g) Đấm bột và tạo thành một ổ bánh hình tròn hoặc hình bầu dục.
h) Đặt ổ bánh lên khay nướng có lót giấy nến.
i) Để bột nghỉ thêm 15 phút.
j) Dùng dao sắc rạch lên mặt trên của ổ bánh mì, tạo những đường rạch nông.
k) Nướng bánh mì trong lò làm nóng trước khoảng 20-25 phút hoặc cho đến khi vỏ bánh có màu nâu vàng và bánh mì nghe có vẻ rỗng khi gõ nhẹ vào đáy.
l) Lấy bánh mì ra khỏi lò và để nguội trên giá lưới trước khi cắt lát.
m) Hãy thưởng thức Pão de Rio Maior tự làm của bạn như một món bổ sung thơm ngon cho bữa ăn của bạn hoặc như một món ăn nhẹ ngon miệng!

14. Pão De Centeio

THÀNH PHẦN:
- 2 chén bột lúa mạch đen
- 2 chén bột mì
- 1 gói (2 ¼ thìa cà phê) men khô hoạt tính
- 1 thìa cà phê đường
- 1 thìa cà phê muối
- 1 ½ cốc nước ấm

HƯỚNG DẪN:

a) Trong một bát nhỏ, hòa tan men và đường trong nước ấm. Để yên trong 5 phút cho đến khi nổi bọt.

b) Trong một tô trộn lớn, trộn bột lúa mạch đen, bột mì và muối.

c) Đổ hỗn hợp men vào hỗn hợp bột rồi trộn đều để tạo thành khối bột dính.

d) Chuyển khối bột sang một bề mặt đã rắc chút bột mì rồi nhào trong khoảng 10 phút cho đến khi mịn và đàn hồi. Bạn có thể cần thêm một chút bột mì nếu bột quá dính.

e) Cho bột vào tô đã phết dầu mỡ, phủ khăn bếp sạch lên và để bột nở ở nơi ấm áp trong khoảng 1 giờ hoặc cho đến khi bột nở gấp đôi.

f) Làm nóng lò ở nhiệt độ 400°F (200°C).

g) Đấm bột và tạo thành một ổ bánh hình tròn hoặc hình bầu dục.

h) Đặt ổ bánh lên khay nướng có lót giấy nến.

i) Để bột nghỉ thêm 15 phút.

j) Dùng dao sắc rạch lên mặt trên của ổ bánh mì, tạo những đường rạch nông.

k) Nướng bánh mì trong lò làm nóng trước khoảng 40-45 phút hoặc cho đến khi vỏ bánh có màu nâu vàng sẫm và bánh mì nghe có vẻ rỗng khi gõ nhẹ vào đáy.

l) Lấy bánh mì ra khỏi lò và để nguội trên giá lưới trước khi cắt lát.

15. Regueifa

THÀNH PHẦN:
- 4 chén bột mì
- 2 ¼ thìa cà phê men khô hoạt động
- 1 thìa cà phê đường
- 1 thìa cà phê muối
- 2 muỗng canh dầu ô liu
- 1 ½ cốc nước ấm
- Đường thô hoặc hạt vừng để phủ lên trên (tùy chọn)

HƯỚNG DẪN:

a) Trong một bát nhỏ, hòa tan men và đường trong nước ấm. Để yên trong 5 phút cho đến khi nổi bọt.

b) Trong một tô trộn lớn, trộn bột mì và muối.

c) Đổ hỗn hợp men và dầu ô liu vào hỗn hợp bột rồi trộn đều để tạo thành khối bột dính.

d) Chuyển khối bột sang một bề mặt đã rắc chút bột mì rồi nhào trong khoảng 10 phút cho đến khi mịn và đàn hồi. Bạn có thể cần thêm một chút bột mì nếu bột quá dính.

e) Cho bột vào tô đã phết dầu mỡ, phủ khăn bếp sạch lên và để bột nở ở nơi ấm áp trong khoảng 1 giờ hoặc cho đến khi bột nở gấp đôi.

f) Làm nóng lò ở nhiệt độ 400°F (200°C).

g) Đấm bột và chia thành hai phần bằng nhau.

h) Lấy một phần bột và tạo hình thành một ổ bánh tròn, dài bằng cách lăn nó trên bề mặt đã rắc chút bột mì. Lặp lại với phần bột còn lại.

i) Đặt các ổ bánh mì đã tạo hình lên khay nướng có lót giấy da, chừa một khoảng trống giữa chúng.

j) Đậy các ổ bánh bằng một chiếc khăn bếp sạch và để chúng nở thêm 30-45 phút nữa cho đến khi chúng nở gấp đôi.

k) Rắc đường thô hoặc hạt vừng lên trên để tăng thêm hương vị và trang trí.

l) Nướng bánh trong lò làm nóng trước khoảng 20-25 phút hoặc cho đến khi chúng có màu nâu vàng và nghe có vẻ rỗng khi gõ vào đáy.

m) Lấy ổ bánh mì ra khỏi lò và để nguội trên giá lưới trước khi cắt lát.

BÁNH MÌ TÂY BAN NHA

16. Tomate con pan

THÀNH PHẦN:
- 1 tép tỏi (nghiền)
- 1 muỗng canh muối
- 4 quả cà chua cỡ vừa (nạo để loại bỏ vỏ và hạt)
- 1 muỗng canh dầu ô liu
- 1 ổ bánh mì cắt lát (không men hoặc lúa mì nguyên hạt)

HƯỚNG DẪN:

a) Nướng các lát bánh mì ở nhiệt độ 250 ℉ cho đến khi mỗi lát có màu nâu ở cả hai mặt.

b) Đổ dầu ô liu vào một cái bát. Thêm muối vào bát. Khuấy đều.

c) Rưới nước ép tỏi nghiền lên bánh mì nướng.

d) Phết hỗn hợp cà chua bào lên bánh mì.

e) Rưới hỗn hợp dầu và muối lên bánh mì.

f) Phục vụ ngay lập tức

17. Pan Rustico

THÀNH PHẦN:
- 2 ¾ cốc nước
- 5 thìa cà phê men khô hoạt tính
- 7 chén bột mì
- 1 muỗng canh muối
- ¼ chén dầu ô liu, tốt nhất là loại nguyên chất
- Bột ngô để rắc lên khay nướng

HƯỚNG DẪN:

a) Rắc men lên nước hơi ấm (95 độ) trong bát nhỏ hoặc cốc đong. Khuấy nhẹ. Hãy ngồi trong 10 phút.

b) Đo lượng bột và cho vào tô của máy trộn nhà bếp có gắn móc bột. Nếu làm bằng tay thì cho bột vào tô trộn lớn.

c) Bật máy trộn, thêm muối vào bột và để trộn. Từ từ rưới dầu ô liu vào bột khi máy trộn đang chạy. Nếu làm bằng tay thì dùng máy đánh trứng.

d) Rưới từ từ hỗn hợp men và nước vào. Để bột nhào bằng máy trong 4 phút.

e) Nếu làm bằng tay, dùng thìa gỗ trộn bột mì với hỗn hợp men và nước, sau đó đặt khối bột lên bề mặt đã rắc bột mì và nhào trong 5 phút.

f) Sau khi nhào, bạn sẽ có một khối bột mịn, đàn hồi và nảy nhẹ khi dùng ngón tay ấn vào. Kiểm tra kết cấu của bột trong quá trình nhào. Nếu bột dính thì cho thêm ½ cốc bột mì vào.

g) Phủ bột vào tô bằng giấy sáp đã được xịt xịt nấu ăn, sau đó dùng khăn lau bếp. Để tăng trong 1 giờ hoặc cho đến khi tăng gấp đôi.

h) Nhào bột bằng tay trên bề mặt đã rắc bột mì trong khoảng một phút để loại bỏ không khí. Tạo khối bột thành 2 quả bóng có kích thước bằng nhau và đặt lên khay nướng 15 inch đã được rắc nhiều bột ngô.

i) Đậy ổ bánh lại bằng giấy sáp và khăn bếp, ủ lần thứ hai trong 20-25 phút hoặc cho đến khi bánh nở gấp đôi. Trong khi đó, làm nóng lò ở nhiệt độ 425 độ.

j) Nướng bánh trong 23-25 phút hoặc cho đến khi chín vàng. Nướng thêm 5 phút nữa để vỏ bánh giòn hơn.

18. Pan De Payés

THÀNH PHẦN:
- 4 chén bột mì
- 1 ½ muỗng cà phê muối
- 2 muỗng cà phê men khô hoạt tính
- 2 cốc nước ấm

HƯỚNG DẪN:
a) Trong một tô trộn lớn, trộn bột mì và muối.
b) Trong một bát nhỏ riêng biệt, hòa tan men trong nước ấm và để yên trong vài phút cho đến khi men nổi bọt.
c) Đổ hỗn hợp men vào hỗn hợp bột và trộn cho đến khi tạo thành một khối bột xù xì.
d) Chuyển khối bột sang một mặt phẳng đã rắc chút bột mì và nhào trong khoảng 10 phút hoặc cho đến khi khối bột trở nên mịn và đàn hồi.
e) Đặt bột trở lại tô trộn, dùng khăn bếp sạch hoặc màng bọc thực phẩm đậy lại và để bột nở ở nơi ấm áp trong khoảng 1-2 giờ hoặc cho đến khi bột nở gấp đôi.
f) Khi bột đã nổi lên, bạn ấn nhẹ xuống để loại bỏ bọt khí. Nặn bột thành một ổ bánh hình tròn hoặc hình bầu dục.
g) Đặt bột đã tạo hình lên khay nướng có lót giấy da hoặc đĩa nướng đã phết dầu mỡ. Che nó bằng một chiếc khăn bếp và để nó nở trở lại trong khoảng 1 giờ hoặc cho đến khi nó tăng kích thước một chút.
h) Làm nóng lò ở nhiệt độ 450°F (230°C).
i) Ngay trước khi nướng, hãy rắc nhẹ bột mì lên trên mặt bột và dùng dao sắc rạch vài đường trên bề mặt.
j) Nướng bánh mì trong lò làm nóng trước khoảng 25-30 phút hoặc cho đến khi vỏ bánh có màu nâu vàng và bánh mì nghe có vẻ rỗng khi gõ nhẹ vào đáy.
k) Lấy bánh mì ra khỏi lò và để nguội trên giá lưới trước khi cắt và thưởng thức.

19.Pan Gallego

THÀNH PHẦN:
DÀNH CHO XÂY DỰNG LEVAIN
- 3½ muỗng cà phê món khai vị trưởng thành
- 3½ thìa cà phê bột mì
- 1¾ thìa cà phê bột mì nguyên hạt
- 1¾ thìa cà phê bột lúa mạch đen
- 6 muỗng canh + 2 muỗng cà phê nước ấm (100 độ F)

BỘT CUỐI CÙNG
- 3¼ chén bột mì
- 4½ thìa bột lúa mạch đen nguyên chất
- 1¾ cốc nước, nhiệt độ phòng
- 7 muỗng canh + 1 muỗng cà phê levaine
- 2 thìa cà phê muối

HƯỚNG DẪN:
ĐỂ THỰC HIỆN TÒA NHÀ LEVAIN

a) Kết hợp các thành phần levaine trong một bát vừa. Khuấy, bọc bằng màng bọc thực phẩm và để yên ở nhiệt độ phòng trong bốn giờ.

b) Sử dụng ngay hoặc đặt levain vào tủ lạnh tối đa 12 giờ để sử dụng vào ngày hôm sau.

ĐỂ LÀM BỘT CUỐI CÙNG

c) Trộn bột và 325 gram nước. Thêm 50 gram nước vào, trộn đều, đậy nắp và để yên trong 45 phút.

d) Thêm levain và 25 gam nước nữa vào, khuấy đều. Che và để yên trong 1 giờ.

e) Cho muối và 25 gam nước vào bột rồi dùng ngón tay bóp và bóp muối vào bột cho tan.

f) Khi muối đã tan hết, kéo căng và gấp bột lại nhiều lần. Che và để yên trong 30 phút.

g) Kéo căng và gấp bột lại. Đậy nắp và để khối lượng tăng lên trong bốn giờ.

h) Nặn bột thành hình khối và để yên trong 15 phút. Thắt chặt ổ bánh và đặt nó vào một chiếc khăn banneton có lót khăn, đường may hướng lên trên và bọc lại bằng màng bọc thực phẩm có dầu.

i) Ủ ổ bánh ở nhiệt độ phòng trong 2 đến 3 giờ.

j) Chuyển ổ bánh vào tủ lạnh và ủ thêm 8 đến 10 giờ nữa.
k) Lấy ổ bánh mì ra khỏi tủ lạnh.
l) Để ổ bánh ở nhiệt độ phòng, khoảng 2 giờ.
m) Làm nóng lò nướng ở nhiệt độ 475 độ F bằng lò kiểu Hà Lan ở giá giữa.
n) Úp bột ra một tờ giấy da, đường may úp xuống. Dùng tay nắm lấy phần trên của bột và kéo nó lên cao nhất có thể. Xoay nó xung quanh và tạo thành một nút thắt. Để nó lắng xuống mặt trên của bột.
o) Dùng một con dao sắc, nhẹ nhàng cắt bốn khe vuông góc cách đều nhau trên bột để tạo khoảng trống cho bột nở ra.
p) Nhấc bột bằng giấy da vào lò nướng kiểu Hà Lan đã làm nóng trước, đậy nắp lại và đặt ổ bánh mì vào lò nướng. Nướng trong 15 phút. Giảm lò xuống 425 độ F.
q) Tháo nắp và nướng thêm 15 đến 20 phút nữa cho đến khi bánh đạt nhiệt độ bên trong là 205 độ F.
r) Thật là mát mẻ khi ở trên các giá đỡ có dây.

20.Pan Cuba o

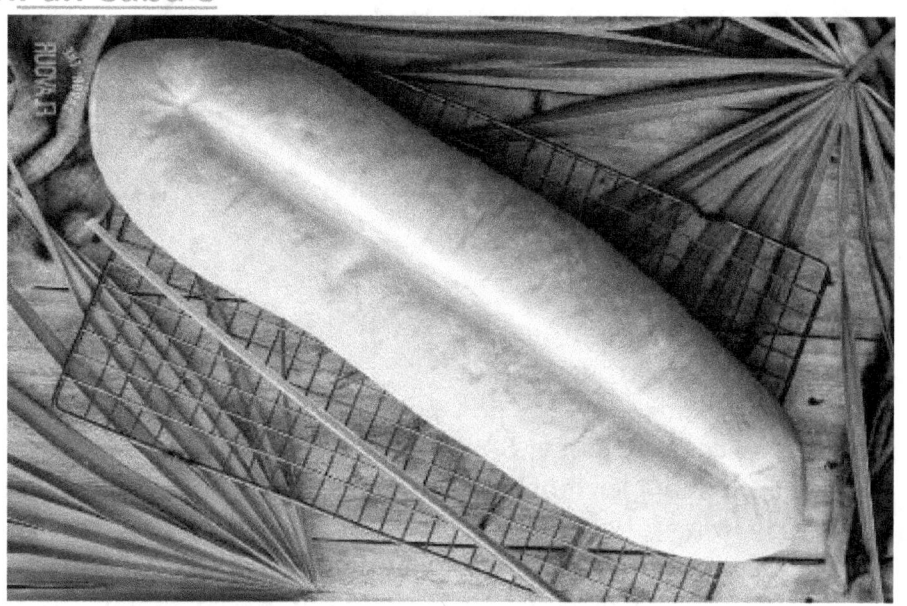

THÀNH PHẦN:
- 3 gói bột ngô men khô hoạt tính
- 4 thìa cà phê đường nâu
- 2 cốc nước
- ¾ cốc nước nóng
- 5 -6 chén bột mì, chia đều
- 1 muỗng canh muối

HƯỚNG DẪN:

a) Lấy một tô trộn: Khuấy men, đường nâu và nước ấm vào. Hãy để nó ngồi trong 11 phút.

b) Thêm muối với 3 đến 4 chén bột mì. Kết hợp chúng cho đến khi bạn có được một khối bột mềm.

c) Đặt bột lên một bề mặt đã rắc bột mì. Nhào trong 9 đến 11 phút.

d) Mỡ một cái bát và đặt bột vào đó. Che nó bằng một bọc nhựa. Để yên trong 46 phút trong 1 giờ.

e) Hết thời gian, nhào bột trong 2 phút. Nặn thành 2 ổ bánh mì.

f) Rắc một ít bột ngô lên khay nướng. Đặt các ổ bánh mì vào đó và phủ khăn bếp lên.

g) Hãy để họ ngồi trong 11 phút. Dùng dao cắt bánh pizza để rạch hai đường trên đầu mỗi ổ bánh mì.

h) Trước khi bạn làm bất cứ điều gì, hãy làm nóng lò ở nhiệt độ 400 F.

i) Đặt chảo bánh mì vào lò nướng. Để chúng nấu trong 32 đến 36 phút cho đến khi chúng có màu nâu vàng.

j) Để ổ bánh mì nguội hoàn toàn. Phục vụ họ với bất cứ điều gì bạn mong muốn.

k) Thưởng thức.

21. Pan De Alfacar

THÀNH PHẦN:
- 4 chén bột mì đa dụng
- ½ chén đường cát
- 2 muỗng canh men tươi
- 1 cốc nước ấm
- ½ chén dầu ô liu
- 1 thìa cà phê muối
- Vỏ của 1 quả chanh
- Đường bột, để rắc đường

HƯỚNG DẪN:

a) Trong một bát nhỏ, hòa tan men trong nước ấm và để yên trong khoảng 5 phút cho đến khi men nổi bọt.

b) Trong một tô trộn lớn, trộn bột mì, đường, muối và vỏ chanh. Tạo một cái giếng ở giữa và đổ hỗn hợp men và dầu ô liu vào.

c) Trộn các thành phần với nhau cho đến khi tạo thành một khối bột. Bạn có thể dùng thìa gỗ hoặc tay để nhào bột. Nếu bột cảm thấy quá khô, hãy thêm một chút nước ấm hơn, mỗi lần một thìa canh cho đến khi bột quyện lại với nhau.

d) Chuyển bột lên một bề mặt sạch, phủ một lớp bột nhẹ và nhào trong khoảng 10 phút cho đến khi bột mịn và đàn hồi.

e) Đặt khối bột vào một cái tô đã phết dầu mỡ và phủ khăn bếp sạch hoặc màng bọc thực phẩm lên trên. Ủ bột ở nơi ấm khoảng 1 đến 2 tiếng cho đến khi bột nở gấp đôi.

f) Làm nóng lò nướng của bạn ở nhiệt độ 180°C (350°F). Mỡ một tấm nướng hoặc lót nó bằng giấy da.

g) Khi bột đã nổi lên, hãy đấm bột xuống để giải phóng bọt khí. Chuyển bột vào khay nướng đã chuẩn bị sẵn và định hình thành một ổ bánh tròn.

h) Đậy ổ bánh bằng khăn bếp và để bột nở thêm 30 phút nữa.

i) Nướng Pan de Alfacar trong lò làm nóng trước khoảng 30 đến 35 phút hoặc cho đến khi nó chuyển sang màu nâu vàng và phát ra âm thanh rỗng khi gõ vào đáy.

j) Lấy bánh mì ra khỏi lò và để nguội trên giá lưới.

k) Khi Pan de Alfacar đã nguội, hãy rắc đường bột lên trên trước khi dùng.

22. Pan Cateto

THÀNH PHẦN:
- 4 chén bột mì nguyên hạt
- 2 thìa cà phê muối
- 1 ¼ cốc nước
- 1 muỗng canh men tươi

HƯỚNG DẪN:
a) Trong một tô trộn lớn, trộn toàn bộ bột mì và muối.
b) Trong một bát nhỏ riêng biệt, hòa tan men trong nước ấm và để yên trong khoảng 5 phút cho đến khi men nổi bọt.
c) Tạo một cái giếng ở giữa hỗn hợp bột và đổ hỗn hợp men vào.
d) Trộn các thành phần với nhau cho đến khi tạo thành một khối bột thô.
e) Chuyển bột lên một bề mặt sạch, phủ một lớp bột nhẹ và nhào trong khoảng 10 phút cho đến khi bột mịn và đàn hồi. Bạn có thể cần thêm bột mì nếu bột quá dính.
f) Đặt khối bột vào một cái tô đã phết dầu mỡ và phủ khăn bếp sạch hoặc màng bọc thực phẩm lên trên. Ủ bột ở nơi ấm khoảng 1 đến 2 tiếng cho đến khi bột nở gấp đôi.
g) Làm nóng lò nướng của bạn ở nhiệt độ 220°C (425°F). Nếu bạn có đá nướng hoặc khay nướng, hãy đặt chúng vào lò nướng để làm nóng trước.
h) Khi bột đã nổi lên, hãy đấm bột xuống để giải phóng bọt khí. Tạo hình bột thành một ổ bánh hình tròn hoặc hình bầu dục, đặt bột lên khay nướng có lót giấy da hoặc trên đá nướng đã được làm nóng trước.
i) Dùng dao sắc rạch phần trên của miếng bột để tạo hoa văn trang trí hoặc giúp bánh nở ra khi nướng.
j) Nướng chảo cateto trong lò làm nóng trước khoảng 30 đến 40 phút hoặc cho đến khi lớp vỏ màu nâu vàng và phát ra âm thanh rỗng khi gõ vào đáy.
k) Lấy bánh mì ra khỏi lò và để nguội trên giá lưới trước khi cắt và thưởng thức.

23.Pan De Cruz

THÀNH PHẦN:
- 4 chén bột mì
- 2 thìa cà phê muối
- 2 thìa cà phê đường cát
- 2 ¼ thìa cà phê men khô hoạt tính
- 1 ⅓ cốc nước ấm
- Dầu ô liu, để bôi trơn
- Tùy chọn: hạt vừng hoặc muối thô để rắc

HƯỚNG DẪN:

a) Trong một bát nhỏ, hòa tan đường và men trong nước ấm. Để yên trong khoảng 5 phút cho đến khi nó nổi bọt.

b) Trong một tô trộn lớn, trộn bột mì và muối. Tạo một cái giếng ở giữa và đổ hỗn hợp men vào.

c) Trộn các thành phần với nhau cho đến khi tạo thành một khối bột. Chuyển bột lên một bề mặt sạch, phủ một lớp bột nhẹ và nhào trong khoảng 10 phút cho đến khi bột mịn và đàn hồi. Thêm bột mì nếu cần để chống dính.

d) Đặt khối bột vào một cái tô đã phết dầu mỡ và phủ khăn bếp sạch hoặc màng bọc thực phẩm lên trên. Ủ bột ở nơi ấm khoảng 1 đến 2 tiếng cho đến khi bột nở gấp đôi.

e) Làm nóng lò nướng của bạn ở nhiệt độ 220°C (425°F). Nếu bạn có đá nướng hoặc khay nướng, hãy đặt chúng vào lò nướng để làm nóng trước.

f) Khi bột đã nổi lên, hãy đấm bột xuống để giải phóng bọt khí. Chuyển khối bột sang một bề mặt đã rắc chút bột mì và định hình thành một ổ bánh hình tròn hoặc hình bầu dục.

g) Dùng dao sắc hoặc dao cạo bột rạch hai đường sâu, giao nhau trên mặt ổ bánh để tạo thành hình chữ thập.

h) Tùy chọn: Rắc hạt vừng hoặc muối thô lên trên mặt bánh để tăng thêm hương vị và trang trí.

i) Chuyển ổ bánh mì đã tạo hình lên khay nướng hoặc khay nướng đã được làm nóng trước.

j) Nướng pan de cruz trong lò làm nóng trước khoảng 25 đến 30 phút hoặc cho đến khi lớp vỏ có màu nâu vàng và phát ra âm thanh rỗng khi gõ vào đáy.

k) Lấy bánh mì ra khỏi lò và để nguội trên giá lưới trước khi cắt và thưởng thức.

24.pataqueta

THÀNH PHẦN:
- 4 chén bột mì
- 2 thìa cà phê muối
- 2 thìa cà phê đường cát
- 2 ¼ thìa cà phê men khô hoạt động
- 1 ⅓ cốc nước ấm
- Dầu ô liu, để bôi trơn
- Tùy chọn: hạt vừng hoặc muối thô để rắc

HƯỚNG DẪN:
a) Trong một bát nhỏ, hòa tan đường và men trong nước ấm. Để yên trong khoảng 5 phút cho đến khi nó nổi bọt.
b) Trong một tô trộn lớn, trộn bột mì và muối. Tạo một cái giếng ở giữa và đổ hỗn hợp men vào.
c) Trộn các thành phần với nhau cho đến khi tạo thành một khối bột. Chuyển bột lên một bề mặt sạch, phủ một lớp bột nhẹ và nhào trong khoảng 10 phút cho đến khi bột mịn và đàn hồi. Thêm bột mì nếu cần để chống dính.
d) Đặt khối bột vào một cái tô đã phết dầu mỡ và phủ khăn bếp sạch hoặc màng bọc thực phẩm lên trên. Ủ bột ở nơi ấm khoảng 1 đến 2 tiếng cho đến khi bột nở gấp đôi.
e) Làm nóng lò nướng của bạn ở nhiệt độ 220°C (425°F). Nếu bạn có đá nướng hoặc khay nướng, hãy đặt chúng vào lò nướng để làm nóng trước.
f) Khi bột đã nổi lên, hãy đấm bột xuống để giải phóng bọt khí. Chia bột thành những phần nhỏ hơn, có kích thước bằng quả bóng tennis.
g) Nặn từng phần bột thành hình tròn hoặc hình bầu dục rồi đặt chúng lên khay nướng có lót giấy da.
h) Tùy chọn: Quét nước lên mặt bánh pataquetas và rắc hạt vừng hoặc muối thô để tăng thêm hương vị và trang trí.
i) Để các cuộn đã định hình nổi lên thêm 15 đến 20 phút.
j) Nướng pataquetas trong lò làm nóng trước khoảng 15 đến 20 phút hoặc cho đến khi chúng chuyển sang màu nâu vàng.
k) Lấy các cuộn ra khỏi lò và để nguội một chút trước khi dùng.

25. Telera

THÀNH PHẦN:
- 4 chén bột mì
- 2 thìa cà phê muối
- 2 thìa cà phê đường cát
- 2 ¼ thìa cà phê men khô hoạt động
- 1 ⅓ cốc nước ấm
- 2 muỗng canh dầu thực vật
- Tùy chọn: bột ngô hoặc bột báng để phủ bụi

HƯỚNG DẪN:

a) Trong một bát nhỏ, hòa tan đường và men trong nước ấm. Để yên trong khoảng 5 phút cho đến khi nó nổi bọt.

b) Trong một tô trộn lớn, trộn bột mì và muối. Tạo một cái giếng ở giữa và đổ hỗn hợp men và dầu thực vật vào.

c) Trộn các thành phần với nhau cho đến khi tạo thành một khối bột. Chuyển bột lên một bề mặt sạch, phủ một lớp bột nhẹ và nhào trong khoảng 10 phút cho đến khi bột mịn và đàn hồi. Thêm bột mì nếu cần để chống dính.

d) Đặt khối bột vào một cái tô đã phết dầu mỡ và phủ khăn bếp sạch hoặc màng bọc thực phẩm lên trên. Ủ bột ở nơi ấm khoảng 1 đến 2 tiếng cho đến khi bột nở gấp đôi.

e) Làm nóng lò nướng của bạn ở nhiệt độ 220°C (425°F). Nếu bạn có đá nướng hoặc khay nướng, hãy đặt chúng vào lò nướng để làm nóng trước.

f) Khi bột đã nổi lên, hãy đấm bột xuống để giải phóng bọt khí. Chuyển bột sang một bề mặt có phủ bột mì nhẹ và định hình thành một ổ bánh mì hình chữ nhật hoặc hình bầu dục.

g) Đặt khối bột đã tạo hình lên khay nướng có lót giấy da. Nếu muốn, hãy rắc một ít bột ngô hoặc bột báng lên giấy nến để chống dính và tạo thêm họa tiết mộc mạc cho vỏ bánh.

h) Đậy bột đã tạo hình bằng khăn bếp sạch và để bột nở thêm 15 đến 20 phút.

i) Nướng bánh mì telera trong lò làm nóng trước khoảng 15 đến 20 phút hoặc cho đến khi bánh chuyển sang màu nâu vàng và nghe có vẻ rỗng khi gõ vào đáy.

j) Lấy bánh mì ra khỏi lò và để nguội trên giá lưới trước khi cắt và dùng làm bánh mì sandwich.

26. Longuet

THÀNH PHẦN:
- 4 chén bột mì
- 2 thìa cà phê muối
- 2 thìa cà phê đường cát
- 2 ¼ thìa cà phê men khô hoạt động
- 1 ⅓ cốc nước ấm
- 2 muỗng canh dầu ô liu
- Tùy chọn: hạt vừng hoặc muối thô để rắc lên trên

HƯỚNG DẪN:

a) Trong một bát nhỏ, hòa tan đường và men trong nước ấm. Để yên trong khoảng 5 phút cho đến khi nó nổi bọt.

b) Trong một tô trộn lớn, trộn bột mì và muối. Tạo một cái giếng ở giữa và đổ hỗn hợp men và dầu ô liu vào.

c) Trộn các thành phần với nhau cho đến khi tạo thành một khối bột. Chuyển bột lên một bề mặt sạch, phủ một lớp bột nhẹ và nhào trong khoảng 10 phút cho đến khi bột mịn và đàn hồi. Thêm bột mì nếu cần để chống dính.

d) Đặt khối bột vào một cái tô đã phết dầu mỡ và phủ khăn bếp sạch hoặc màng bọc thực phẩm lên trên. Ủ bột ở nơi ấm khoảng 1 đến 2 tiếng cho đến khi bột nở gấp đôi.

e) Làm nóng lò nướng của bạn ở nhiệt độ 220°C (425°F). Nếu bạn có đá nướng hoặc khay nướng, hãy đặt chúng vào lò nướng để làm nóng trước.

f) Khi bột đã nổi lên, hãy đấm bột xuống để giải phóng bọt khí. Chuyển bột sang một bề mặt có phủ bột mì nhẹ và chia thành các phần nhỏ hơn, có kích thước bằng quả bóng tennis.

g) Tạo hình từng phần bột thành hình thuôn dài hoặc hình bầu dục, giống như một chiếc bánh mì baguette nhỏ. Đặt những chiếc bánh đã tạo hình lên khay nướng có lót giấy da, chừa một khoảng trống giữa chúng.

h) Tùy chọn: Quét nước lên mặt bánh và rắc hạt vừng hoặc muối thô lên trên để tăng thêm hương vị và trang trí.

i) Để các miếng bánh đã tạo hình nổi lên thêm 15 đến 20 phút.

j) Nướng llonguets trong lò làm nóng trước khoảng 15 đến 20 phút hoặc cho đến khi chúng chuyển sang màu nâu vàng và có lớp vỏ hơi giòn.

k) Lấy bánh llonguets ra khỏi lò và để nguội trên giá lưới trước khi dùng làm bánh mì sandwich hoặc tự thưởng thức.

27. B orona

THÀNH PHẦN:
- 4 chén bột mì
- 2 thìa cà phê muối
- 2 thìa cà phê đường cát
- 2 ¼ thìa cà phê men khô hoạt động
- 1 ⅓ cốc nước ấm
- 2 muỗng canh dầu ô liu
- Bột ngô hoặc bột báng để rắc bột

HƯỚNG DẪN:

a) Trong một bát nhỏ, hòa tan đường và men trong nước ấm. Để yên trong khoảng 5 phút cho đến khi nó nổi bọt.

b) Trong một tô trộn lớn, trộn bột mì và muối. Tạo một cái giếng ở giữa và đổ hỗn hợp men và dầu ô liu vào.

c) Trộn các thành phần với nhau cho đến khi tạo thành một khối bột. Chuyển bột lên một bề mặt sạch, phủ một lớp bột nhẹ và nhào trong khoảng 10 phút cho đến khi bột mịn và đàn hồi. Thêm bột mì nếu cần để chống dính.

d) Đặt khối bột vào một cái tô đã phết dầu mỡ và phủ khăn bếp sạch hoặc màng bọc thực phẩm lên trên. Ủ bột ở nơi ấm khoảng 1 đến 2 tiếng cho đến khi bột nở gấp đôi.

e) Làm nóng lò nướng của bạn ở nhiệt độ 220°C (425°F). Nếu bạn có đá nướng hoặc khay nướng, hãy đặt chúng vào lò nướng để làm nóng trước.

f) Khi bột đã nổi lên, hãy đấm bột xuống để giải phóng bọt khí. Chuyển khối bột sang một bề mặt đã rắc chút bột mì và định hình thành một ổ bánh hình tròn hoặc hình bầu dục.

g) Đặt khối bột đã tạo hình lên khay nướng có lót giấy da. Rắc bột ngô hoặc bột báng lên trên mặt ổ bánh mì.

h) Đậy bột bằng khăn bếp sạch và để bột nở thêm 15 đến 20 phút.

i) Dùng dao sắc rạch hoặc cắt lên mặt trên của bánh mì để tạo hoa văn trang trí.

j) Nướng bánh mì boroña trong lò làm nóng trước khoảng 30 đến 35 phút hoặc cho đến khi bánh chuyển sang màu nâu vàng và có lớp vỏ cứng.

k) Lấy bánh mì ra khỏi lò và để nguội trên giá lưới trước khi cắt và thưởng thức.

28. súng lục

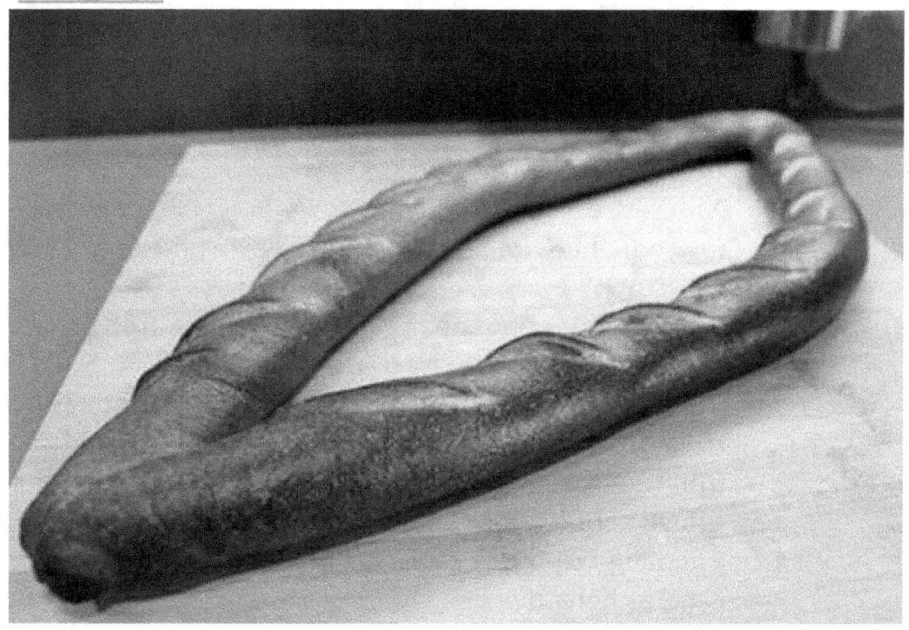

THÀNH PHẦN:
- 4 chén bột mì
- 2 thìa cà phê muối
- 2 thìa cà phê đường cát
- 2 ¼ thìa cà phê men khô hoạt động
- 1 ⅓ cốc nước ấm
- Dầu ô liu, để bôi trơn
- Tùy chọn: hạt vừng hoặc hạt anh túc để phủ lên trên

HƯỚNG DẪN:

a) Trong một bát nhỏ, hòa tan đường và men trong nước ấm. Để yên trong khoảng 5 phút cho đến khi nó nổi bọt.

b) Trong một tô trộn lớn, trộn bột mì và muối. Tạo một cái giếng ở giữa và đổ hỗn hợp men vào.

c) Trộn các thành phần với nhau cho đến khi tạo thành một khối bột. Chuyển bột lên một bề mặt sạch, phủ một lớp bột nhẹ và nhào trong khoảng 10 phút cho đến khi bột mịn và đàn hồi. Thêm bột mì nếu cần để chống dính.

d) Đặt khối bột vào một cái tô đã phết dầu mỡ và phủ khăn bếp sạch hoặc màng bọc thực phẩm lên trên. Ủ bột ở nơi ấm khoảng 1 đến 2 tiếng cho đến khi bột nở gấp đôi.

e) Làm nóng lò nướng của bạn ở nhiệt độ 220°C (425°F). Nếu bạn có đá nướng hoặc khay nướng, hãy đặt chúng vào lò nướng để làm nóng trước.

f) Khi bột đã nổi lên, hãy đấm bột xuống để giải phóng bọt khí. Chuyển khối bột sang một mặt phẳng đã rắc chút bột mì và chia thành các phần nhỏ hơn, có kích thước bằng một cuộn lớn.

g) Định hình từng phần bột thành một cuộn dài, giống như một chiếc bánh mì nhỏ hoặc hình khẩu súng lục. Đặt các cuộn bánh mì đã tạo hình lên khay nướng có lót giấy da.

h) Tùy chọn: Phủ nước lên trên các cuộn bánh púsula và rắc hạt vừng hoặc hạt anh túc lên trên để tăng thêm hương vị và trang trí.

i) Để các cuộn đã định hình nổi lên thêm 15 đến 20 phút.

j) Nướng các cuộn súng lục trong lò làm nóng trước khoảng 15 đến 20 phút hoặc cho đến khi chúng chuyển sang màu nâu vàng và có lớp vỏ hơi giòn.

k) Lấy các cuộn ra khỏi lò và để nguội trên giá lưới trước khi dùng.

29. Regañao

THÀNH PHẦN:
- 2 chén bột mì đa dụng
- 1 thìa cà phê muối
- 1 muỗng cà phê ớt bột (tùy chọn, để tăng hương vị)
- ½ cốc nước ấm
- 2 muỗng canh dầu ô liu
- Muối thô để rắc

PHỦ BÊN TRÊN THỨC ĂN
- Miếng giăm bông Serrano (Tùy chọn)

HƯỚNG DẪN:

a) Trong tô trộn, trộn bột mì, muối và ớt bột (nếu dùng). Trộn đều để phân phối đều các thành phần.

b) Tạo một cái giếng ở giữa nguyên liệu khô rồi đổ nước ấm và dầu ô liu vào.

c) Khuấy hỗn hợp bằng thìa hoặc tay cho đến khi tạo thành bột.

d) Chuyển khối bột sang một bề mặt sạch, rắc ít bột mì rồi nhào khoảng 5 phút cho đến khi bột mịn và đàn hồi.

e) Chia bột thành các phần nhỏ hơn và phủ chúng bằng khăn bếp sạch. Để bột nghỉ khoảng 15-20 phút cho gluten nở ra.

f) Làm nóng lò nướng của bạn ở nhiệt độ 200°C (400°F).

g) Lấy một phần bột và cán mỏng nhất có thể, hướng tới độ dày khoảng 1-2 mm. Bạn có thể dùng cây cán bột hoặc dùng tay để cán phẳng bột.

h) Chuyển bột đã cán mỏng lên khay nướng có lót giấy da. Lặp lại quy trình với các phần bột còn lại, đặt chúng lên các khay nướng riêng biệt hoặc chừa đủ khoảng trống giữa mỗi chiếc bánh mì regañao.

i) Rắc muối thô lên bề mặt bột, ấn nhẹ xuống để bột dính.

j) Nướng bánh mì regañao trong lò làm nóng trước khoảng 8-10 phút hoặc cho đến khi bánh chuyển sang màu nâu vàng và giòn. Hãy để ý kỹ vì nó có thể nhanh chóng chuyển sang màu nâu.

k) Lấy khay nướng ra khỏi lò và để bánh mì regañao nguội hoàn toàn trên giá lưới.

l) Sau khi nguội, bánh mì regañao đã sẵn sàng để thưởng thức, phủ giăm bông lên trên.

30. Torta De Aranda

THÀNH PHẦN:
- 4 chén bột mì
- 300ml nước ấm
- 10 gam muối
- 10 gam men tươi (hoặc 5 gam men khô hoạt tính)
- Dầu ô liu để bôi trơn

HƯỚNG DẪN:

a) Trong một tô trộn lớn, trộn bột mì và muối.

b) Hòa tan men tươi trong nước ấm. Nếu sử dụng men khô đang hoạt động, hãy hòa tan nó trong một phần nước ấm và để men hoạt động trong khoảng 5-10 phút trước khi tiếp tục.

c) Tạo một cái giếng ở giữa hỗn hợp bột và đổ hỗn hợp men vào. Dần dần thêm bột vào chất lỏng, khuấy bằng thìa gỗ hoặc tay cho đến khi tạo thành khối bột thô.

d) Chuyển bột lên một bề mặt đã rắc chút bột mì và nhào trong khoảng 10-15 phút hoặc cho đến khi bột trở nên mịn và đàn hồi. Thêm một lượng nhỏ bột mì nếu bột quá dính.

e) Nặn bột thành một khối tròn rồi đặt lại vào tô trộn. Đậy bát bằng khăn bếp sạch và để bột nở ở nơi ấm áp trong khoảng 1-2 giờ hoặc cho đến khi bột nở gấp đôi.

f) Làm nóng lò nướng của bạn ở nhiệt độ 230°C (450°F).

g) Khi bột đã nổi lên, bạn ấn nhẹ xuống để loại bỏ bọt khí. Úp nó lên khay nướng đã phết dầu mỡ hoặc đá nướng bánh pizza.

h) Dùng tay ấn và dẹt bột thành hình đĩa, dày khoảng 1-2 inch. Thực hiện nhiều đường cắt chéo trên mặt bột để tạo hoa văn.

i) Quét dầu ô liu lên bề mặt bột.

j) Đặt khay nướng hoặc đá pizza có bột vào lò nướng đã làm nóng trước. Nướng trong khoảng 20-25 phút hoặc cho đến khi bánh có màu nâu vàng và nghe thấy tiếng rỗng khi gõ nhẹ vào đáy.

k) Lấy Torta de Aranda ra khỏi lò và để nguội trên giá lưới trước khi cắt và phục vụ.

31.Txantxigorri

THÀNH PHẦN:
- 4 chén bột mì
- 2 ¼ thìa cà phê muối
- 1 muỗng canh men tươi
- 1 ⅓ cốc nước ấm
- Bột ngô hoặc bột báng để rắc bột

HƯỚNG DẪN:
a) Trong một tô trộn lớn, trộn bột mì và muối.
b) Hòa tan men tươi trong nước ấm hoặc nếu sử dụng men khô đang hoạt động, hãy kích hoạt men theo hướng dẫn trên bao bì.
c) Tạo một cái giếng ở giữa hỗn hợp bột và đổ hỗn hợp men vào. Khuấy đều cho đến khi bột bắt đầu hình thành.
d) Chuyển bột lên một bề mặt sạch, phủ một ít bột mì và nhào khoảng 10-15 phút cho đến khi bột mịn và đàn hồi. Ngoài ra, bạn có thể sử dụng máy trộn đứng có gắn móc bột để nhào bột.
e) Đặt khối bột vào một cái tô đã phết dầu mỡ và phủ khăn bếp sạch hoặc màng bọc thực phẩm lên trên. Ủ bột ở nơi ấm khoảng 1 đến 2 tiếng cho đến khi bột nở gấp đôi.
f) Làm nóng lò nướng của bạn ở nhiệt độ 220°C (425°F). Đặt một hòn đá nướng hoặc tấm nướng bánh vào trong lò để làm nóng trước.
g) Khi bột đã nổi lên, hãy đấm bột xuống để giải phóng bọt khí. Nặn bột thành một ổ bánh tròn và đặt lên khay nướng có phủ bột ngô hoặc bột báng.
h) Dùng dao sắc hoặc lưỡi dao cạo để tạo các đường rạch hoặc dấu trang trí trên bề mặt bánh mì, chẳng hạn như đường chéo hoặc hoa văn chéo. Điều này mang lại cho Txantxigorri vẻ ngoài đặc trưng.
i) Chuyển bánh mì vào lò làm nóng trước và nướng trong khoảng 25-30 phút hoặc cho đến khi vỏ bánh chuyển sang màu nâu vàng và nghe thấy tiếng rỗng khi gõ vào đáy.
j) Lấy Txantxigorri ra khỏi lò và để nguội trên giá lưới trước khi cắt và phục vụ.

32.Pan De Semillas

THÀNH PHẦN:
- 4 chén bột mì
- 2 ¼ thìa cà phê men khô hoạt động
- 1 thìa cà phê đường
- 1 thìa cà phê muối
- 1 ¼ cốc nước ấm
- 2 muỗng canh dầu ô liu
- Các loại hạt (như hạt hướng dương, hạt bí, hạt vừng, hạt lanh...) để rắc lên và trộn vào bột

HƯỚNG DẪN:

a) Trong một bát nhỏ, hòa tan đường với nước ấm. Rắc men lên trên mặt nước và để yên trong khoảng 5 phút cho đến khi men nổi bọt.

b) Trong một tô trộn lớn, trộn bột mì và muối. Tạo một cái giếng ở giữa và đổ hỗn hợp men và dầu ô liu vào.

c) Trộn các thành phần với nhau cho đến khi tạo thành một khối bột. Chuyển bột lên bề mặt đã rắc bột mì và nhào trong khoảng 10 phút cho đến khi bột mịn và đàn hồi. Thêm bột mì nếu cần thiết để chống dính.

d) Đặt bột vào một cái tô đã phết dầu mỡ, phủ khăn bếp sạch lên và để bột nở ở nơi ấm áp trong khoảng 1 đến 2 giờ cho đến khi bột nở gấp đôi.

e) Làm nóng lò nướng của bạn ở nhiệt độ 220°C (425°F).

f) Khi bột đã nổi lên, hãy đấm bột xuống để giải phóng bọt khí. Chuyển bột sang một bề mặt có phủ bột mì nhẹ và nhào các loại hạt như hạt hướng dương, hạt bí ngô, hạt vừng hoặc hạt lanh. Thêm một số ít hạt và trộn đều vào bột.

g) Định hình bột thành một ổ bánh mì hoặc chia thành các phần nhỏ hơn cho từng cuộn riêng lẻ.

h) Đặt khối bột đã tạo hình lên khay nướng đã phết dầu hoặc lót giấy da. Che nó bằng một chiếc khăn bếp và để nó tăng thêm 30 phút nữa.

i) Tùy chọn: Quét nước lên mặt bánh và rắc thêm hạt lên trên để trang trí.

j) Nướng bánh mì trong lò làm nóng trước khoảng 30-35 phút hoặc cho đến khi vỏ bánh có màu nâu vàng và bánh mì nghe có vẻ rỗng khi gõ nhẹ vào đáy.

k) Lấy bánh mì ra khỏi lò và để nguội trên giá lưới trước khi cắt lát.

33.Oreja

THÀNH PHẦN:
- 1 miếng bánh phồng đã rã đông (mua ở cửa hàng hoặc tự làm)
- Đường cát, để rắc

HƯỚNG DẪN:

a) Làm nóng lò nướng của bạn ở nhiệt độ ghi trên gói bánh phồng hoặc khoảng 200°C (400°F).

b) Lăn tấm bánh phồng lên một bề mặt đã rắc bột mì nhẹ để làm phẳng một chút.

c) Rắc một lượng lớn đường cát lên toàn bộ bề mặt của tấm bánh phồng.

d) Bắt đầu từ một cạnh, cuộn chặt tấm bánh phồng về phía giữa. Lặp lại với cạnh còn lại, lăn nó về phía giữa. Hai cuộn sẽ gặp nhau ở giữa.

e) Dùng một con dao sắc, cắt bánh phồng đã cuộn thành những lát mỏng, dày khoảng ½ inch.

f) Đặt bánh phồng đã cắt lát lên khay nướng có lót giấy da, chừa một khoảng trống giữa mỗi lát vì chúng sẽ nở ra trong quá trình nướng.

g) Dùng lòng bàn tay ấn nhẹ từng lát bánh cho dẹt.

h) Rắc thêm một ít đường cát lên trên mỗi lát bánh.

i) Nướng quặng trong lò làm nóng trước khoảng 12-15 phút hoặc cho đến khi chúng chuyển sang màu nâu vàng và giòn.

j) Lấy quặng ra khỏi lò và để nguội trên giá lưới.

BÁNH MÌ HY LẠP

34. Lagana

THÀNH PHẦN:
- 4 chén bột mì đa dụng
- 1 muỗng canh men khô hoạt tính
- 1 thìa cà phê đường
- 1 thìa cà phê muối
- 2 muỗng canh dầu ô liu
- 1 ½ cốc nước ấm
- Hạt vừng để rắc

HƯỚNG DẪN:

a) Trong một bát nhỏ, hòa tan đường với nước ấm. Rắc men lên mặt nước và để yên trong khoảng 5 phút hoặc cho đến khi nổi bọt.

b) Trong một tô trộn lớn, trộn bột mì và muối. Tạo một cái giếng ở giữa rồi đổ dầu ô liu và hỗn hợp men vào. Trộn bằng thìa gỗ hoặc tay cho đến khi bột bắt đầu quyện lại với nhau.

c) Chuyển bột sang bề mặt đã rắc bột mì và nhào khoảng 5-7 phút hoặc cho đến khi bột trở nên mịn và đàn hồi.

d) Cho bột vào tô đã phết dầu mỡ, phủ khăn bếp sạch lên và để bột nở ở nơi ấm áp trong khoảng 1 giờ hoặc cho đến khi bột nở gấp đôi.

e) Làm nóng lò nướng của bạn ở nhiệt độ 425°F (220°C). Dòng một tấm nướng bánh bằng giấy giấy da.

f) Đấm khối bột đã nổi lên và chuyển nó sang bề mặt đã rắc bột mì. Chia bột thành hai phần bằng nhau.

g) Cán từng phần bột thành hình chữ nhật, dày khoảng ¼ inch. Chuyển bột đã dẹt lên khay nướng đã chuẩn bị sẵn.

h) Quét nhẹ nước lên mặt trên của mỗi chiếc bánh mì dẹt và rắc hạt vừng lên bề mặt.

i) Dùng ngón tay tạo các vết lõm trên miếng bột, tạo thành các đường hoặc dấu chấm.

j) Nướng bánh mì lagana trong lò làm nóng trước khoảng 20-25 phút hoặc cho đến khi có màu vàng nâu và giòn.

k) Lấy ra khỏi lò và để nguội trên giá lưới trước khi cắt và phục vụ.

35. Horiatiko Psomi

THÀNH PHẦN:
- 5 chén bột mì
- 2 muỗng cà phê men khô hoạt tính
- 2 thìa cà phê muối
- 2 ½ cốc nước ấm
- 2 muỗng canh dầu ô liu

HƯỚNG DẪN:
a) Trong một bát nhỏ, hòa tan men trong nước ấm. Để yên trong khoảng 5 phút hoặc cho đến khi nổi bọt.
b) Trong một tô trộn lớn, trộn bột mì và muối. Tạo một cái giếng ở giữa và đổ hỗn hợp men và dầu ô liu vào. Trộn bằng thìa gỗ hoặc tay cho đến khi bột bắt đầu quyện lại với nhau.
c) Chuyển bột sang bề mặt đã rắc bột mì và nhào khoảng 10-15 phút hoặc cho đến khi bột trở nên mịn và đàn hồi.
d) Cho bột vào tô đã phết dầu mỡ, phủ khăn bếp sạch lên và để bột nở ở nơi ấm áp trong khoảng 1-2 giờ hoặc cho đến khi bột nở gấp đôi.
e) Sau khi bột đã nổi lên, hãy đấm bột và tạo hình thành một ổ bánh hình tròn hoặc hình bầu dục.
f) Làm nóng lò nướng của bạn ở nhiệt độ 450°F (230°C). Đặt đá nướng hoặc khay nướng úp ngược vào lò để làm nóng trước.
g) Chuyển khối bột đã tạo hình lên khay nướng có lót giấy nến hoặc khay nướng có phủ bột mì.
h) Dùng dao sắc rạch một đường chéo trên bề mặt bột. Điều này sẽ giúp bánh nở ra và tạo thành lớp vỏ mộc mạc.
i) Đặt khay nướng có bột lên đá nướng đã được làm nóng trước hoặc khay nướng úp ngược vào lò nướng.
j) Nướng trong khoảng 30-35 phút hoặc cho đến khi bánh có màu nâu vàng và nghe thấy tiếng rỗng khi gõ nhẹ vào đáy.
k) Lấy bánh mì ra khỏi lò và để nguội trên giá lưới trước khi cắt và thưởng thức.
l) Bánh mì làng Hy Lạp (Horiatiko Psomi) là sự lựa chọn hoàn hảo để thưởng thức với các món meze, súp, món hầm kiểu Hy Lạp hoặc đơn giản là nhúng vào dầu ô liu. Đó là một loại bánh mì ngon và thỏa mãn với nét duyên dáng mộc mạc. Thưởng thức!

36.Ladeni

THÀNH PHẦN:
- 4 chén bột mì đa dụng
- 2 muỗng cà phê men khô hoạt tính
- 1 thìa cà phê đường
- 1 thìa cà phê muối
- 2 muỗng canh dầu ô liu
- 1 ½ cốc nước ấm
- 4 quả cà chua vừa, thái lát
- 1 củ hành đỏ vừa, thái lát mỏng
- 1 chén ô liu Kalamata, bỏ hạt và cắt đôi
- 2 muỗng canh oregano tươi, xắt nhỏ
- Muối và hạt tiêu cho vừa ăn
- Thêm dầu ô liu để làm mưa phùn

HƯỚNG DẪN:

a) Trong một bát nhỏ, hòa tan đường với nước ấm. Rắc men lên mặt nước và để yên trong khoảng 5 phút hoặc cho đến khi nổi bọt.

b) Trong một tô trộn lớn, trộn bột mì và muối. Tạo một cái giếng ở giữa rồi đổ dầu ô liu và hỗn hợp men vào. Trộn bằng thìa gỗ hoặc tay cho đến khi bột bắt đầu quyện lại với nhau.

c) Chuyển bột sang bề mặt đã rắc bột mì và nhào khoảng 5-7 phút hoặc cho đến khi bột trở nên mịn và đàn hồi.

d) Cho bột vào tô đã phết dầu mỡ, phủ khăn bếp sạch lên và để bột nở ở nơi ấm áp trong khoảng 1 giờ hoặc cho đến khi bột nở gấp đôi.

e) Làm nóng lò nướng của bạn ở nhiệt độ 425°F (220°C). Dòng một tấm nướng bánh bằng giấy giấy da.

f) Đấm bột đã nổi lên và chuyển nó vào khay nướng đã chuẩn bị sẵn. Dùng tay ấn và kéo bột thành hình chữ nhật hoặc hình bầu dục, dày khoảng ½ inch.

g) Xếp cà chua thái lát, hành đỏ và ô liu Kalamata lên trên mặt bột. Rắc lá oregano tươi hoặc khô, muối và tiêu.

h) Rưới một ít dầu ô liu lên trên bề mặt.

i) Nướng trong lò làm nóng trước khoảng 20-25 phút hoặc cho đến khi bánh mì có màu vàng nâu và chín đều.

j) Lấy ra khỏi lò và để nguội trên giá lưới trước khi cắt và phục vụ.

37.Psomi Pita

THÀNH PHẦN:
- 3 chén bột mì đa dụng
- 1 muỗng cà phê men khô hoạt tính
- 1 thìa cà phê đường
- 1 thìa cà phê muối
- 2 muỗng canh dầu ô liu
- 1 cốc nước ấm

HƯỚNG DẪN:

a) Trong một bát nhỏ, hòa tan đường với nước ấm. Rắc men lên mặt nước và để yên trong khoảng 5 phút hoặc cho đến khi nổi bọt.

b) Trong một tô trộn lớn, trộn bột mì và muối. Tạo một cái giếng ở giữa rồi đổ dầu ô liu và hỗn hợp men vào. Trộn bằng thìa gỗ hoặc tay cho đến khi bột bắt đầu quyện lại với nhau.

c) Chuyển bột sang bề mặt đã rắc bột mì và nhào khoảng 5-7 phút hoặc cho đến khi bột trở nên mịn và đàn hồi. Thêm bột mì nếu cần để chống dính nhưng tránh cho quá nhiều bột mì để bột luôn mềm.

d) Cho bột vào tô đã phết dầu mỡ, phủ khăn bếp sạch lên và để bột nở ở nơi ấm áp trong khoảng 1-2 giờ hoặc cho đến khi bột nở gấp đôi.

e) Khi bột đã nổi lên, hãy đấm nó xuống và chuyển nó sang một bề mặt đã rắc bột mì. Chia bột thành 8 phần bằng nhau.

f) Cuộn từng phần thành một quả bóng và dùng tay ấn dẹt. Dùng cây cán bột cán từng phần thành hình tròn, dày khoảng ¼ inch.

g) Đun nóng chảo chống dính hoặc vỉ nướng trên lửa vừa cao. Đặt một chiếc bánh mì pita đã cán mỏng lên chảo nóng và nướng khoảng 1-2 phút cho mỗi mặt hoặc cho đến khi bánh phồng lên và xuất hiện các đốm nâu vàng.

h) Lấy bánh mì pita đã nấu chín ra khỏi chảo và bọc trong khăn bếp sạch để giữ cho bánh mềm và dẻo. Lặp lại quá trình với các phần bột còn lại.

i) Phục vụ Bánh mì Pita Hy Lạp ấm hoặc ở nhiệt độ phòng. Nó có thể được sử dụng để làm bánh mì sandwich, gói, hoặc xé thành từng miếng và nhúng vào nước sốt hoặc phết.

38. Psomi Spitiko

THÀNH PHẦN:
- 4 chén bột mì đa dụng
- 2 muỗng cà phê men khô hoạt tính
- 1 thìa cà phê đường
- 1 thìa cà phê muối
- 2 muỗng canh dầu ô liu
- 1 ½ cốc nước ấm

HƯỚNG DẪN:

a) Trong một bát nhỏ, hòa tan đường với nước ấm. Rắc men lên mặt nước và để yên trong khoảng 5 phút hoặc cho đến khi nổi bọt.

b) Trong một tô trộn lớn, trộn bột mì và muối. Tạo một cái giếng ở giữa rồi đổ dầu ô liu và hỗn hợp men vào.

c) Trộn bằng thìa gỗ hoặc tay cho đến khi bột bắt đầu quyện lại với nhau.

d) Chuyển bột sang bề mặt đã rắc bột mì và nhào khoảng 5-7 phút hoặc cho đến khi bột trở nên mịn và đàn hồi.

e) Cho bột vào tô đã phết dầu mỡ, phủ khăn bếp sạch lên và để bột nở ở nơi ấm áp trong khoảng 1-2 giờ hoặc cho đến khi bột nở gấp đôi.

f) Khi bột đã nổi lên, hãy đấm nó xuống và chuyển nó sang một bề mặt đã rắc bột mì. Nặn nó thành một ổ bánh tròn.

g) Làm nóng lò nướng của bạn ở nhiệt độ 425°F (220°C). Đặt đá nướng hoặc khay nướng úp ngược vào lò để làm nóng trước.

h) Chuyển bột đã tạo hình lên đá nướng đã được làm nóng trước hoặc khay nướng úp ngược trong lò.

i) Nướng trong khoảng 30-35 phút hoặc cho đến khi bánh có màu nâu vàng và nghe thấy tiếng rỗng khi gõ nhẹ vào đáy.

j) Lấy bánh mì ra khỏi lò và để nguội trên giá lưới trước khi cắt và thưởng thức.

39. Koulouri Thessalonikis

THÀNH PHẦN:
- 4 chén bột mì đa dụng
- 2 muỗng cà phê men khô hoạt tính
- 1 thìa cà phê đường
- 1 thìa cà phê muối
- 2 muỗng canh dầu ô liu
- 1 ½ cốc nước ấm
- ½ chén hạt vừng
- ¼ cốc nước ấm (để làm bột mè)
- 2 muỗng canh dầu ô liu (để làm bột mè)
- ½ thìa cà phê muối (để làm nhân vừng)

HƯỚNG DẪN:

a) Trong một bát nhỏ, hòa tan đường với nước ấm. Rắc men lên mặt nước và để yên trong khoảng 5 phút hoặc cho đến khi nổi bọt.

b) Trong một tô trộn lớn, trộn bột mì và muối. Tạo một cái giếng ở giữa rồi đổ dầu ô liu và hỗn hợp men vào. Trộn bằng thìa gỗ hoặc tay cho đến khi bột bắt đầu quyện lại với nhau.

c) Chuyển bột sang bề mặt đã rắc bột mì và nhào khoảng 5-7 phút hoặc cho đến khi bột trở nên mịn và đàn hồi.

d) Cho bột vào tô đã phết dầu mỡ, phủ khăn bếp sạch lên và để bột nở ở nơi ấm áp trong khoảng 1-2 giờ hoặc cho đến khi bột nở gấp đôi.

e) Khi bột đã nổi lên, hãy đấm nó xuống và chuyển nó sang một bề mặt đã rắc bột mì. Chia bột thành các phần nhỏ hơn và cuộn từng phần thành hình sợi dây dài khoảng 12 inch.

f) Nặn từng sợi bột thành một vòng tròn, chồng các đầu lại và ghim chúng lại với nhau để bịt kín.

g) Làm nóng lò nướng của bạn ở nhiệt độ 400°F (200°C). Dòng một tấm nướng bánh bằng giấy giấy da.

h) Trong một bát nhỏ, trộn hạt mè, nước ấm, dầu ô liu và muối để tạo thành hỗn hợp sệt.

i) Nhúng từng vòng bánh mì vào hỗn hợp mè, đảm bảo phủ đều khắp các mặt. Nhẹ nhàng ấn hạt vừng lên bột để bám dính.

j) Đặt các vòng bánh mì đã tráng lên khay nướng đã chuẩn bị sẵn, chừa một khoảng trống giữa chúng để chúng giãn nở.

k) Nướng trong lò làm nóng trước khoảng 20-25 phút, hoặc cho đến khi các vòng bánh mì có màu nâu vàng.

l) Lấy ra khỏi lò và để Koulouri Thessalonikis nguội trên giá lưới trước khi dùng.

40. nghệ thuật

THÀNH PHẦN:
- 4 chén bột mì đa dụng
- 1 ½ thìa cà phê men khô hoạt tính
- 1 ½ cốc nước ấm
- 1 thìa đường
- 1 thìa cà phê muối
- Tùy chọn: hạt mè hoặc các loại topping khác để trang trí

HƯỚNG DẪN:
a) Trong một bát nhỏ, hòa tan men và đường trong nước ấm. Để yên trong khoảng 5 phút hoặc cho đến khi nó nổi bọt.

b) Trong một tô trộn lớn, trộn bột mì và muối. Tạo một cái giếng ở giữa và đổ hỗn hợp men vào.

c) Dần dần thêm bột vào chất lỏng, khuấy bằng thìa gỗ hoặc tay cho đến khi tạo thành một khối bột mềm.

d) Chuyển bột sang bề mặt đã rắc bột mì và nhào khoảng 8-10 phút hoặc cho đến khi bột mịn và đàn hồi.

e) Đặt bột vào tô đã phết dầu mỡ, phủ khăn bếp sạch lên và để bột nở ở nơi ấm áp trong khoảng 1-2 giờ hoặc cho đến khi bột nở gấp đôi.

f) Sau khi bột đã nở, bạn ấn nhẹ xuống để loại bỏ bọt khí. Tạo hình nó thành một ổ bánh hình tròn hoặc hình bầu dục.

g) Chuyển ổ bánh mì đã tạo hình lên khay nướng hoặc đá nướng. Nếu muốn, bạn có thể trang trí bề mặt bánh bằng hạt vừng hoặc các loại topping khác.

h) Làm nóng lò nướng của bạn ở nhiệt độ 375°F (190°C). Trong khi lò đang làm nóng trước, hãy để bánh nghỉ và nở lại trong khoảng 15-20 phút.

i) Nướng bánh mì trong lò làm nóng trước khoảng 30-35 phút hoặc cho đến khi bánh chuyển sang màu nâu vàng và nghe thấy tiếng rỗng khi gõ vào đáy.

j) Sau khi nướng, lấy artos ra khỏi lò và để nguội trên giá lưới.

41.Zea

THÀNH PHẦN:
- 2 chén bột mì đa dụng
- 1 chén bột mì nguyên hạt
- 2 muỗng cà phê men khô hoạt tính
- 1 thìa cà phê muối
- 1 ¼ cốc nước ấm
- 2 muỗng canh dầu ô liu
- Tùy chọn: Hạt vừng hoặc các loại phủ khác để rắc

HƯỚNG DẪN:
a) Trong một bát nhỏ, hòa tan men trong ¼ cốc nước ấm. Để yên trong khoảng 5 phút hoặc cho đến khi nó nổi bọt.
b) Trong một tô trộn lớn, trộn bột mì đa dụng, bột mì nguyên cám và muối.
c) Tạo một cái giếng ở giữa nguyên liệu khô và đổ hỗn hợp men, nước ấm còn lại và dầu ô liu vào.
d) Khuấy các thành phần với nhau cho đến khi tạo thành một khối bột xù xì.
e) Chuyển bột lên bề mặt đã rắc bột mì và nhào trong khoảng 8-10 phút hoặc cho đến khi bột trở nên mịn và đàn hồi. Thêm một ít bột mì nếu cần để chống dính.
f) Đặt bột vào tô đã phết dầu mỡ, phủ khăn bếp sạch lên và để bột nở ở nơi ấm áp trong khoảng 1-2 giờ hoặc cho đến khi bột nở gấp đôi.
g) Làm nóng lò nướng của bạn ở nhiệt độ 425°F (220°C). Dòng một tấm nướng bánh bằng giấy giấy da.
h) Khi bột đã nổi lên, bạn ấn nhẹ xuống để loại bỏ bọt khí. Chia bột thành các phần bằng nhau và nặn từng phần thành những thanh bánh mì dài và mỏng.
i) Đặt các que bánh mì lên khay nướng đã chuẩn bị sẵn, chừa một khoảng trống giữa chúng. Tùy ý, rắc hạt vừng hoặc các loại đồ phủ mong muốn khác lên trên.
j) Để bánh mì nghỉ và ủ thêm 15-20 phút.
k) Nướng bánh mì que trong lò làm nóng trước khoảng 15-20 phút hoặc cho đến khi chúng chuyển sang màu nâu vàng và giòn ở bên ngoài.
l) Sau khi nướng xong, lấy bánh mì Zea ra khỏi lò và để nguội trên giá lưới.

42.Paximathia

THÀNH PHẦN:
- 4 chén bột mì đa dụng
- 1 cốc đường cát
- 1 thìa cà phê bột nở
- ½ muỗng cà phê baking soda
- ½ muỗng cà phê muối
- ½ muỗng cà phê quế xay
- 1 cốc dầu ô liu
- ½ cốc nước cam
- Vỏ của 1 quả cam
- ¼ cốc rượu mạnh hoặc ouzo (tùy chọn)
- Hạt vừng (để rắc)

HƯỚNG DẪN:

a) Làm nóng lò nướng của bạn ở nhiệt độ 350°F (175°C) và lót khay nướng bằng giấy da.

b) Trong một tô trộn lớn, trộn đều bột mì, đường, bột nở, baking soda, muối và quế xay cho đến khi hòa quyện.

c) Trong một bát riêng, trộn dầu ô liu, nước cam, vỏ cam và rượu mạnh hoặc rượu ouzo (nếu dùng).

d) Dần dần đổ nguyên liệu ướt vào nguyên liệu khô trong khi khuấy bằng thìa gỗ hoặc tay. Trộn cho đến khi tạo thành một khối bột. Nếu cảm thấy bột quá khô, bạn có thể cho thêm một ít nước cam, mỗi lần một thìa.

e) Chuyển bột sang bề mặt đã rắc bột mì và nhào trong vài phút cho đến khi bột mịn và kết hợp tốt.

f) Chia bột thành những phần nhỏ hơn. Lấy từng phần một và cán thành hình chữ nhật hoặc hình bầu dục, dày khoảng ¼ inch.

g) Dùng dao hoặc dụng cụ cắt bánh ngọt, cắt bột đã cán thành những miếng hoặc dải nhỏ hơn, dài khoảng 2-3 inch và rộng 1 inch.

h) Đặt các miếng đã cắt lên khay nướng đã chuẩn bị sẵn, chừa một khoảng trống nhỏ giữa chúng. Rắc đều hạt vừng lên trên mỗi miếng.

i) Nướng Paximathia trong lò làm nóng trước khoảng 20-25 phút hoặc cho đến khi chúng chuyển sang màu nâu vàng và giòn xung quanh các cạnh.

j) Sau khi nướng, lấy Paximathia ra khỏi lò và để nguội trên khay nướng trong vài phút. Sau đó, chuyển chúng sang giá lưới để nguội hoàn toàn.

k) Bảo quản Paximathia trong hộp kín ở nhiệt độ phòng.

l) Chúng sẽ tươi trong vài tuần.

43. Batzina

THÀNH PHẦN:
- 4 chén bột mì đa dụng
- 1 muỗng cà phê men khô hoạt tính
- 1 thìa cà phê muối
- 2 muỗng canh dầu ô liu
- 1 thìa mật ong
- 1 ¼ cốc nước ấm

HƯỚNG DẪN:

a) Trong một bát nhỏ, trộn nước ấm, mật ong và men. Khuấy đều và để yên trong khoảng 5 phút cho đến khi men nổi bọt.

b) Trong một tô trộn lớn, trộn bột mì và muối. Tạo một cái giếng ở giữa rồi đổ dầu ô liu và hỗn hợp men vào.

c) Trộn các thành phần với nhau cho đến khi bột bắt đầu hình thành. Chuyển khối bột ra mặt phẳng đã rắc chút bột áo và nhào khoảng 8-10 phút cho đến khi khối bột trở nên mịn và đàn hồi.

d) Nặn bột thành một quả bóng và đặt nó vào một cái bát đã phết dầu mỡ. Đậy bát bằng khăn bếp sạch và để bột nở ở nơi ấm áp trong khoảng 1-2 giờ cho đến khi bột nở gấp đôi.

e) Làm nóng lò nướng của bạn ở nhiệt độ 400°F (200°C). Dòng một tấm nướng bánh bằng giấy giấy da.

f) Khi bột đã nổi lên, hãy đấm bột xuống để giải phóng bọt khí. Chuyển bột vào khay nướng đã chuẩn bị sẵn.

g) Dùng tay cán dẹt khối bột thành hình tròn, dày khoảng ½ inch.

h) Dùng dao khía lên mặt bột theo hình chữ thập hoặc kim cương.

i) Rưới một ít dầu ô liu lên trên mặt bánh mì và phết đều.

j) Nướng trong lò làm nóng trước khoảng 25-30 phút, hoặc cho đến khi bánh chuyển sang màu nâu vàng ở trên.

k) Sau khi nướng xong, lấy bánh mì Batzina ra khỏi lò và để nguội trên giá lưới.

44. Psomi Tou Kyrion

THÀNH PHẦN:
- 2 chén bột mì nguyên hạt
- 1 cốc bột mì đa dụng
- ½ chén bột lúa mạch đen
- 1 ½ thìa cà phê men khô hoạt tính
- 1 ½ muỗng cà phê muối
- 1 ½ cốc nước ấm
- 2 muỗng canh dầu ô liu
- 1 muỗng canh mật ong (tùy chọn)
- Bột bổ sung để quét bụi

HƯỚNG DẪN:

a) Trong một bát nhỏ, trộn nước ấm và mật ong (nếu dùng). Khuấy đều để mật ong hòa tan, sau đó rắc men lên trên hỗn hợp. Để yên khoảng 5 phút cho đến khi men nổi bọt.

b) Trong một tô trộn lớn, trộn bột mì nguyên cám, bột mì đa dụng, bột lúa mạch đen và muối. Tạo một cái giếng ở giữa rồi đổ dầu ô liu và hỗn hợp men vào.

c) Trộn các thành phần với nhau cho đến khi bột bắt đầu hình thành. Chuyển khối bột ra mặt phẳng đã rắc chút bột áo và nhào khoảng 10-12 phút cho đến khi khối bột trở nên mịn và đàn hồi.

d) Nặn bột thành một quả bóng và đặt nó vào một cái bát đã phết dầu mỡ. Đậy bát bằng khăn bếp sạch và để bột nở ở nơi ấm áp trong khoảng 1-2 giờ cho đến khi bột nở gấp đôi.

e) Làm nóng lò nướng của bạn ở nhiệt độ 425°F (220°C). Đặt đá nướng hoặc khay nướng úp ngược vào lò để làm nóng trước.

f) Khi bột đã nổi lên, hãy đấm bột xuống để giải phóng bọt khí. Chuyển bột sang bề mặt đã rắc bột mì và định hình thành ổ bánh hình tròn hoặc hình bầu dục.

g) Đặt ổ bánh lên khay nướng hoặc một mảnh giấy da. Rắc một ít bột mì lên mặt bánh rồi dùng dao sắc khía thành các đường cắt trang trí.

h) Cẩn thận chuyển ổ bánh mì lên đá nướng hoặc khay nướng đã làm nóng trước. Nướng trong khoảng 30-35 phút hoặc cho đến khi bánh chuyển sang màu nâu vàng và nghe thấy tiếng rỗng khi gõ nhẹ vào đáy.

i) Sau khi nướng xong, lấy Psomi tou kyrion ra khỏi lò và để nguội trên giá lưới trước khi cắt.

45.xerotigana

THÀNH PHẦN:

ĐỐI VỚI BỘT:
- 4 chén bột mì đa dụng
- ½ muỗng cà phê bột nở
- ½ muỗng cà phê muối
- ½ cốc nước cam
- ¼ chén dầu ô liu
- ¼ chén rượu trắng
- 1 muỗng canh đường cát
- 1 muỗng cà phê quế xay

ĐỐI VỚI SI-RÔ:
- 2 cốc mật ong
- 1 ly nước
- 1 thanh quế
- Vỏ của 1 quả cam

HƯỚNG DẪN:

a) Trong một tô trộn lớn, trộn đều bột mì, bột nở, muối, đường và quế xay.

b) Trong một bát riêng, trộn nước cam, dầu ô liu và rượu vang trắng.

c) Dần dần đổ hỗn hợp lỏng vào nguyên liệu khô, khuấy liên tục cho đến khi tạo thành bột mềm.

d) Chuyển khối bột sang một bề mặt đã rắc chút bột mì rồi nhào khoảng 5 - 7 phút cho đến khi bột mịn và đàn hồi.

e) Chia bột thành từng phần nhỏ và dùng khăn ẩm đậy lại để tránh bị khô.

f) Lấy một phần bột và cán thành tấm mỏng, dày khoảng 1/8 inch.

g) Cắt bột cán thành dải rộng khoảng 1-2 inch và dài 6-8 inch.

h) Lấy từng dải và buộc thành một nút thắt lỏng, tạo thành hình xoắn. Lặp lại quá trình này với các dải bột còn lại.

i) Trong một chiếc nồi sâu, có đáy nặng, đun nóng dầu thực vật để chiên ở nhiệt độ khoảng 350°F (180°C).

j) Cẩn thận thả một vài miếng bột xoắn vào dầu nóng và chiên cho đến khi chúng chuyển sang màu vàng nâu tất cả các mặt. Tránh để quá nhiều chậu; chiên chúng theo mẻ nếu cần thiết.

k) Sau khi chiên xong, dùng thìa có rãnh vớt Xerotigana ra khỏi dầu và chuyển chúng vào đĩa có lót khăn giấy để xả bớt dầu thừa.

l) Trong một cái chảo riêng, trộn mật ong, nước, thanh quế và vỏ cam. Đun hỗn hợp trên lửa vừa cho đến khi sôi. Giảm nhiệt và để sôi trong khoảng 5 phút.

m) Lấy thanh quế và vỏ cam ra khỏi xi-rô.

n) Trong khi xi-rô vẫn còn ấm, nhúng Xerotigana đã chiên vào xi-rô, phủ đều chúng. Để chúng ngâm trong vài phút, sau đó chuyển chúng sang giá lưới để nguội và để phần xi-rô dư chảy ra.

o) Lặp lại quá trình nhúng với Xerotigana còn lại, đảm bảo chúng được phủ đầy đủ xi-rô mật ong.

BÁNH MÌ PHÁP

46. Bánh mì dài

THÀNH PHẦN:
- 1¾ cốc nước, ở nhiệt độ phòng, chia
- 2 muỗng cà phê men ăn liền, chia
- 5 cốc trừ 1½ thìa bột mì (hoặc bột T55), chia
- 1 muỗng canh muối kosher

HƯỚNG DẪN:
LÀM PÂTE FERMENTÉE:

a) Trong một bát vừa, khuấy đều ½ cốc nước với một chút men. Thêm 1¼ chén bột mì và 1 muỗng cà phê muối. Khuấy cho đến khi thành một khối bột xù xì. Đặt khối bột lên bàn và nhào cho đến khi hòa quyện, từ 1 đến 2 phút.

b) Cho bột trở lại tô, đậy lại bằng khăn và để yên trong 2 đến 4 giờ ở nhiệt độ phòng hoặc để trong tủ lạnh qua đêm. Nó sẽ tăng gấp đôi kích thước.

LÀM BỘT:

c) Thêm 1¼ cốc nước còn lại và men còn lại vào pate fermentée, dùng ngón tay bẻ bột thành chất lỏng. Thêm 3⅔ cốc bột mì còn lại và 2 thìa cà phê muối còn lại. Trộn cho đến khi tạo thành một khối bột xù xì, khoảng 1 phút.

d) Đổ bột ra bàn sạch và nhào trong 8 đến 10 phút cho đến khi bột mịn, co giãn và dẻo. Nếu bạn nhào bằng tay, hãy hạn chế thêm bột mì; bột sẽ tự nhiên trở nên ít dính hơn khi bạn nhào.

e) Kéo căng bột để kiểm tra sự phát triển gluten thích hợp. Nếu nó rách quá nhanh và có cảm giác thô ráp, hãy tiếp tục nhào cho đến khi mịn và dẻo.

f) Nếu nhào bằng tay thì cho bột trở lại tô. Che lại bằng khăn và để yên trong 1 giờ hoặc cho đến khi kích thước tăng gấp đôi.

g) Tạo hình và nướng: Rắc nhẹ bột lên bàn và dùng dụng cụ cạo băng ghế bằng nhựa để nhả bột ra khỏi bát. Dùng dao cạo bằng kim loại để chia bột thành 4 phần bằng nhau (mỗi phần khoảng 250 gram). Che lại bằng khăn và nghỉ ngơi trong 5 đến 10 phút.

h) Làm từng phần một, dùng đầu ngón tay ấn nhẹ bột thành hình chữ nhật thô. Gấp phần tư trên xuống vào giữa, sau đó gấp phần tư dưới lên vào giữa để chúng gặp nhau. Nhấn nhẹ dọc theo đường may để bám dính.

i) Gấp nửa trên của bột lên nửa dưới để tạo thành khúc gỗ. Dùng gót bàn tay hoặc đầu ngón tay để bịt kín đường may. Hãy chắc chắn rằng băng ghế của bạn được phủ bột mì nhẹ. Bạn không muốn tạo áp lực quá lớn lên khối bột nhưng cũng không muốn khối bột trượt thay vì lăn. Nếu bột trượt, hãy phủi bớt bột thừa và làm ướt nhẹ tay.

j) Nhẹ nhàng lật miếng bột sao cho đường nối nằm ở phía dưới rồi dùng tay lắc qua lắc lại hai đầu ổ bánh để tạo thành hình quả bóng đá. Sau đó, dùng tay vuốt từ giữa ổ bánh ra các mép để kéo dài ổ bánh ra từ 12 đến 14 inch. Lặp lại với các phần còn lại.

k) Trải một chiếc khăn lanh lên khay nướng. Rắc bột mì lên và gấp một đầu lại để tạo đường viền. Đặt một chiếc bánh mì baguette bên cạnh nếp gấp này. Gấp chiếc khăn dọc theo phía bên kia để tạo khoảng trống cho bánh mì nổi lên. Đặt một chiếc bánh mì baguette khác bên cạnh và tạo một nếp gấp khác. Lặp lại với bánh mì baguette còn lại.

l) Che lại bằng một chiếc khăn và để yên trong 1 giờ.

m) Sau 30 phút ủ, làm nóng lò ở nhiệt độ 475°F. Đặt một hòn đá nướng trên giá trung tâm. Lót giấy nến vào khay nướng phẳng (lật khay nướng lên và làm mặt sau nếu dùng đá nướng).

n) Kiểm tra bánh mì bằng cách chọc vào bột. Nó sẽ hơi co lại một chút, để lại một vết lõm và có cảm giác giống như một chiếc kẹo dẻo.

o) Khi bánh mì baguette đã sẵn sàng để nướng, nhẹ nhàng nhấc chúng lên và chuyển chúng vào khay nướng đã chuẩn bị sẵn, đặt chúng cách nhau 2 inch. Cẩn thận không làm xẹp bánh mì trong khi chuyển chúng.

p) Giữ một chiếc quẹ hoặc một lưỡi dao cạo ở góc 30 độ, nhanh chóng nhưng nhẹ nhàng ghi năm đường chéo trên đầu bánh mì, sâu khoảng ¼ inch và cách nhau 2 inch. Giữa các ổ bánh, nhúng lưỡi dao vào nước để nhả bột dính.

q) Đặt khay nướng vào lò nướng, hoặc nếu dùng đá nướng, hãy trượt giấy da từ khay lên đá nướng.

r) Xịt nước vào ổ bánh mì tổng cộng 4 hoặc 5 lần rồi đóng cửa lò lại. Xịt lại sau 3 phút nướng và phun lại sau 3 phút nữa, mỗi lần xịt nhanh để không làm mất nhiệt trong lò.

s) Nướng tổng cộng từ 24 đến 28 phút, cho đến khi ổ bánh có màu nâu vàng đậm.

t) Chuyển ổ bánh mì sang giá làm mát trong 15 đến 20 phút trước khi cắt.

47.Bánh mì baguette Au Levain

THÀNH PHẦN:
- 1¼ cốc Starter, ở nhiệt độ phòng.
- ¼ cốc nước
- 2 muỗng cà phê dầu ô liu
- 2½ chén bột mì
- ¾ muỗng cà phê muối
- 1½ thìa đường
- 2 thìa cà phê men

HƯỚNG DẪN:

a) Lấy món khai vị ra khỏi tủ lạnh vào đêm trước khi bắt đầu làm bánh mì. Thức ăn khởi đầu và để nó ở nhiệt độ phòng trong khi nó đang tiêu hóa thức ăn. Cho nguyên liệu vào chảo theo thứ tự liệt kê. Đặt bột, nhấn bắt đầu.

b) Khi chu trình hoàn tất, loại bỏ bột, ép hết khí, cho vào tô, đậy lại bằng khăn trà ẩm và để yên trong 30 phút.

c) Rắc bột ngô lên mặt bàn, nặn bột thành 2 hình trụ mỏng, đặt ổ bánh mì vào chảo baguette, dùng khăn đậy lại và để trong tủ lạnh từ 12 đến 24 giờ.

d) Lấy ra khỏi tủ lạnh, rưới nước và để yên cho đến khi nở hoàn toàn. Rắc nước một lần nữa và nướng trong lò nướng thông thường ở nhiệt độ 375 F trong 30 phút hoặc cho đến khi có màu nâu và giòn. Để bánh mì thực sự giòn, hãy xịt nước 5 phút một lần trong khi nướng!

48.Pain d'Épi

THÀNH PHẦN:
- 1¾ cốc nước, ở nhiệt độ phòng, chia
- 2 muỗng cà phê men ăn liền, chia
- 5 cốc trừ 1½ thìa bột mì (hoặc bột T55), chia
- 1 muỗng canh muối kosher

HƯỚNG DẪN:

a) Làm pate lên men: Trong một tô vừa, khuấy đều ½ cốc nước với một chút men. Thêm 1¼ chén bột mì và 1 muỗng cà phê muối. Khuấy cho đến khi thành một khối bột xù xì. Đặt khối bột lên bàn và nhào cho đến khi hòa quyện, từ 1 đến 2 phút. Hỗn hợp sẽ dính. Cho bột trở lại tô, đậy lại bằng khăn và để yên trong 2 đến 4 giờ ở nhiệt độ phòng hoặc để trong tủ lạnh qua đêm. Nó sẽ tăng gấp đôi kích thước.

b) Làm bột: Thêm 1¼ cốc nước còn lại và men còn lại vào pâte fermentée, dùng ngón tay bẻ bột thành chất lỏng. Thêm 3⅔ cốc bột mì còn lại và 2 thìa cà phê muối còn lại vào rồi trộn cho đến khi tạo thành một khối bột xù xì, khoảng 1 phút.

c) Đổ bột ra bàn sạch và nhào trong 8 đến 10 phút (hoặc chuyển sang máy trộn đứng và nhào trong 6 đến 8 phút ở tốc độ thấp) cho đến khi mịn, co giãn và dẻo. Nếu bạn nhào bằng tay, hãy hạn chế thêm bột mì; bột sẽ tự nhiên trở nên ít dính hơn khi bạn nhào.

d) Kéo căng bột để kiểm tra sự phát triển gluten thích hợp. Nếu nó rách quá nhanh và có cảm giác thô ráp, hãy tiếp tục nhào cho đến khi mịn và dẻo.

e) Nếu nhào bằng tay thì cho bột trở lại tô. Che lại bằng khăn và để yên trong 1 giờ hoặc cho đến khi kích thước tăng gấp đôi.

f) Rắc nhẹ bột lên bàn và dùng dụng cụ cạo bằng ghế bằng nhựa để lấy bột ra khỏi bát. Dùng dao cạo bằng kim loại để chia bột thành 4 phần bằng nhau (mỗi phần khoảng 250 gram). Che lại bằng khăn và nghỉ ngơi trong 5 đến 10 phút.

g) Làm từng phần một, dùng đầu ngón tay ấn nhẹ bột thành hình chữ nhật thô. Gấp phần tư trên xuống vào giữa, sau đó gấp phần tư dưới lên vào giữa để chúng gặp nhau.

h) Nhấn nhẹ dọc theo đường may để bám dính. Gấp nửa trên của bột lên nửa dưới để tạo thành khúc gỗ. Dùng gót bàn tay hoặc đầu ngón tay để bịt kín đường may.

i) Nhẹ nhàng lật miếng bột sao cho đường nối nằm ở phía dưới rồi dùng tay lắc qua lắc lại hai đầu ổ bánh để tạo thành hình quả bóng đá. Sau đó, dùng tay vuốt từ giữa ổ bánh ra các mép để kéo dài ổ bánh ra từ 12 đến 14 inch. Lặp lại với các phần còn lại.

j) Dòng hai tấm nướng bánh bằng giấy giấy da. Nhẹ nhàng chuyển hai ổ bánh mì vào mỗi khay nướng đã chuẩn bị sẵn, đặt chúng cách nhau 4 đến 5 inch.

k) Giữ kéo ở góc 45 độ, cắt thành một chiếc bánh mì dài khoảng 2 inch tính từ đầu bột (cắt gần hết ổ bánh mì trong một lần vuốt, vì vậy đầu kéo chỉ cách đầu bột khoảng ⅛ inch) . Ngay lập tức nhưng nhẹ nhàng đặt mảnh sang bên phải. Thực hiện một vết cắt thứ hai khoảng 2 inch dọc theo ổ bánh và đặt miếng bột sang bên trái. Lặp lại, xen kẽ bên mà bạn đang di chuyển bột cho đến khi bạn cắt được toàn bộ ổ bánh mì.

l) Che lại bằng khăn và để sang một bên để ủ trong 1 giờ hoặc cho đến khi có kết cấu marshmallow-y. Nếu bạn chọc vào bột, nó sẽ hơi co lại, để lại một vết lõm. Sau 30 phút ủ, làm nóng lò ở nhiệt độ 475°F.

m) Khi bánh đã sẵn sàng để nướng, hãy đặt khay nướng vào lò nướng. Xịt nước vào ổ bánh mì tổng cộng 4 hoặc 5 lần rồi đóng cửa lại. Xịt lại sau 3 phút nướng và phun lại sau 3 phút nữa, thao tác nhanh để không làm mất nhiệt trong lò. Nướng tổng cộng từ 24 đến 28 phút, xoay vị trí của các khay trong quá trình nướng để bánh chín vàng đều, cho đến khi ổ bánh có màu nâu vàng đậm.

n) Chuyển ổ bánh mì sang giá làm mát trong vòng 10 đến 15 phút trước khi dùng.

49. Pain d'Épi Aux Herbes

THÀNH PHẦN:
- 1¼ cốc nước ấm, chia đều
- Gói 0,63 ounce Men bột chua ăn liền
- 4 chén bột mì, chia
- 2¾ thìa cà phê muối kosher
- 1 thìa cà phê bột tỏi
- 1 muỗng cà phê hương thảo tươi xắt nhỏ
- 1 thìa cà phê xô thơm tươi xắt nhỏ
- 1 muỗng cà phê húng tây tươi xắt nhỏ
- ½ muỗng cà phê tiêu đen xay
- 1½ cốc nước sôi
- Dầu ô liu thảo mộc, để phục vụ

HƯỚNG DẪN:

a) Trong tô của máy trộn đứng có gắn cánh khuấy, trộn đều ¾ cốc (180 gam) nước ấm và Men bột chua tức thì bằng tay cho đến khi hòa tan. Thêm 1⅓ cốc (169 gram) bột mì và đánh ở tốc độ thấp cho đến khi hòa quyện, khoảng 30 giây. Đậy nắp và để ở nơi ấm áp, không có gió lùa cho đến khi nở gấp đôi, từ 30 đến 45 phút.

b) Thêm muối, bột tỏi, hương thảo, cây xô thơm, húng tây, hạt tiêu đen, 2⅔ cốc (339 gam) bột mì còn lại và ½ cốc (120 gam) nước ấm còn lại vào hỗn hợp men và đánh ở tốc độ thấp cho đến khi bột quyện lại với nhau, khoảng 30 bột. giây. Chuyển sang phần đính kèm móc bột. Đánh ở tốc độ thấp trong 2 phút.

c) Thoa dầu nhẹ vào một cái bát lớn. Đặt bột vào tô, lật mặt trên bằng dầu mỡ. Đậy nắp và để ở nơi ấm áp, không có gió lùa cho đến khi mịn và đàn hồi, khoảng ½ giờ, đảo 30 phút một lần.

d) Đổ bột lên một bề mặt có phủ bột mì thật nhẹ và chia làm đôi. Nhẹ nhàng vỗ nhẹ một nửa thành hình chữ nhật 9x4 inch; gấp một cạnh ngắn lên trên phần chính giữa, kẹp chặt lại. Gấp phần thứ ba còn lại lên trên phần đã gấp, ghim để dán kín. Lật mặt bột lại để đường may úp xuống. Đậy nắp và để yên trong 20 phút. Lặp lại với nửa bột còn lại.

e) Lót giấy nến vào khay nướng có viền, để phần thừa hơi tràn ra các cạnh của chảo. Phủi thật nhiều bột mì.

f) Nhẹ nhàng vỗ từng chiếc bánh mì baguette thành hình chữ nhật 8x6 inch, một cạnh dài gần bạn nhất. Gấp phần ba trên cùng của bột vào giữa, nhấn để bịt kín. Gấp phần thứ ba dưới cùng lên trên phần đã gấp, nhấn để dán lại. Gấp bột làm đôi theo chiều dọc để các cạnh dài gặp nhau. Dùng lòng bàn tay ấn mạnh vào các cạnh để bịt kín. Cuộn thành khúc gỗ có độ dày đều nhau từ 15 đến 16 inch, thuôn nhọn các đầu một chút.

g) Đặt 1 khúc gỗ lên chảo đã chuẩn bị sẵn, đường may úp xuống, nép vào một cạnh dài của chảo. Kéo và gấp giấy da để tạo thành một bức tường ở phía đối diện của khúc gỗ. Đặt khúc gỗ còn lại ở phía bên kia của bức tường giấy da, mặt đường may hướng xuống dưới. Lặp lại quá trình kéo và gấp với giấy da để tạo thành một bức tường ở phía đối diện của khúc gỗ thứ hai và dùng khăn bếp đè xuống để ngăn giấy da trượt. Đậy nắp và để ở nơi ấm áp, không có gió lùa cho đến khi hơi phồng lên, khoảng 45 đến 50 phút.

h) Đặt một chảo gang lớn lên giá dưới cùng của lò và một tấm nướng có viền ở giá giữa. Làm nóng lò ở nhiệt độ 475°F.

i) Cẩn thận chuyển các khúc bột vào một tờ giấy da; phủi bụi thật kỹ bằng bột mì. Sử dụng kéo nhà bếp, cắt nhanh và sạch 45 độ khoảng 1 inch từ đầu 1 khúc gỗ, cắt khoảng 3/4 quãng đường.

j) Nhẹ nhàng xoay miếng bột sang một bên. Thực hiện vết cắt thứ hai cách vết đầu tiên 1 inch rưỡi và nhẹ nhàng lật miếng bột sang mặt đối diện. Lặp lại cho đến khi bạn chạm tới cuối khúc gỗ, tạo hình dạng thân cây lúa mì. Lặp lại quy trình với nhật ký còn lại.

k) Lấy chảo đã làm nóng trước ra khỏi lò. Cẩn thận đặt giấy da có bột lên chảo rồi cho vào lò nướng. Cẩn thận đổ 1½ cốc nước sôi vào chảo đã làm nóng trước. Đóng cửa lò ngay lập tức.

l) Nướng cho đến khi có màu vàng nâu và cắm nhiệt kế đọc tức thời vào thanh ghi ở giữa ở nhiệt độ 205°F (96°C), khoảng 15 phút. Để nguội trên chảo trên giá lưới.

m) Ăn kèm với dầu ô liu thảo mộc.

50. Fouée

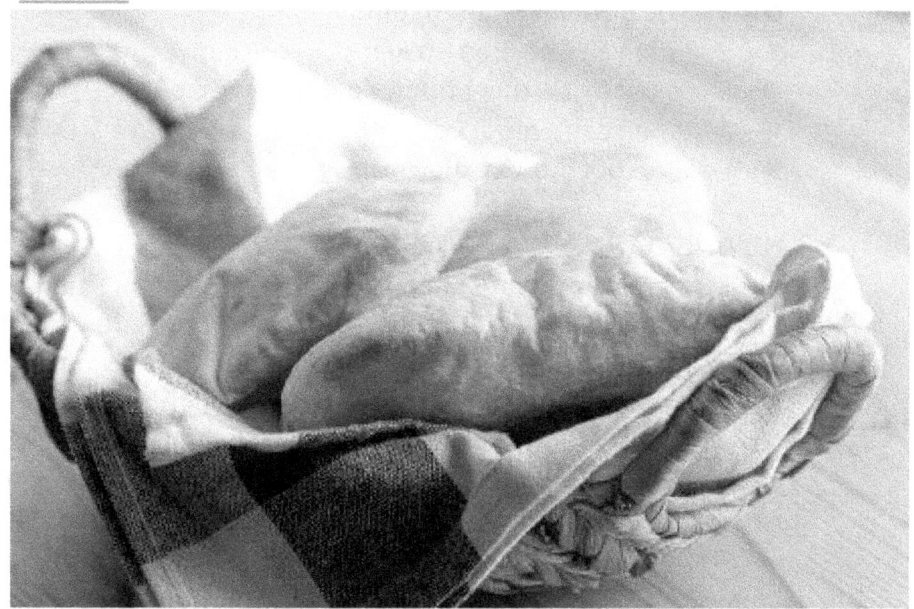

THÀNH PHẦN:
- 1½ cốc nước, ở nhiệt độ phòng
- 2 muỗng cà phê men ăn liền
- 5 cốc trừ đi 1½ thìa bột mì đa dụng (hoặc bột mì T55)
- 1 muỗng canh muối kosher
- Dầu, để bôi mỡ lên khay nướng

HƯỚNG DẪN:

a) Làm bột: Trong một cái bát, trộn nước và men, sau đó cho bột mì và muối vào khuấy đều. Nhào bằng tay trong 6 đến 8 phút (hoặc 4 đến 6 phút bằng máy trộn đứng ở tốc độ thấp) cho đến khi hòa quyện và mịn. Nếu làm bằng máy trộn, bạn có thể cần phải hoàn thiện bột bằng tay vì nó hơi nặng. Che lại bằng khăn hoặc bọc nhựa và để trong 1 giờ hoặc cho đến khi kích thước tăng gấp đôi. Điều này sẽ thay đổi tùy thuộc vào nhiệt độ nhà bếp của bạn.

b) Tạo hình và nướng: Rắc nhẹ bột lên bàn và dùng dụng cụ cạo băng ghế bằng nhựa để nhả bột ra khỏi bát. Dùng dao cạo băng ghế bằng kim loại để chia thành 8 miếng bằng nhau, mỗi miếng khoảng 115 gam.

c) Dùng đầu ngón tay kéo các cạnh của một miếng bột vào trong, làm xung quanh miếng bột theo chiều kim đồng hồ cho đến khi tất cả các cạnh được gấp vào giữa.

d) Bóp nhẹ để bám dính. Bạn sẽ thấy các nếp bột gặp nhau ở giữa, tạo thành đường may. (Cẩn thận không nhào bột hoặc xẹp bột quá mạnh.)

e) Lật từng vòng lại. Khum cả hai tay quanh đế và dùng tay nắm bàn kéo vòng tròn về phía bạn, xoay khi bạn di chuyển để thắt chặt đường may. Lặp lại với các vòng còn lại. Che lại bằng khăn và nghỉ ngơi trong 5 đến 10 phút.

f) Chuyển 4 viên tròn vào đĩa nhỏ, dùng khăn hoặc màng bọc thực phẩm phủ lại rồi cho vào tủ lạnh. Che các vòng còn lại và nghỉ ngơi trong 5 đến 10 phút.

g) Làm nóng lò ở nhiệt độ 475°F. Đặt đá nướng hoặc khay nướng nặng đã phết dầu lên giá giữa của lò nướng.

h) Phủi bột mì lên ghế và lăn 4 viên bột không để tủ lạnh thành hình tròn dày ¼ inch. Hãy chính xác về độ dày: Bột quá dày sẽ không phồng lên và bột quá mỏng sẽ trở thành bánh quy. Nếu bột bị co lại khi bạn cán, hãy đậy nắp lại, để bột nghỉ thêm 10 phút rồi thử lại.

i) Chứng minh, không đậy nắp, trong 15 đến 20 phút hoặc cho đến khi phồng nhẹ. Trong lúc đó, tung ra 4 viên đông lạnh.

j) Nhanh chóng và nhẹ nhàng đặt 4 miếng đầu tiên lên đá nướng hoặc khay nướng, đặt chúng cách nhau ít nhất 2 inch. Nướng trong vòng 8 đến 10 phút, cho đến khi phồng lên và có màu nâu vàng nhạt ở các điểm.

k) Lấy ra khỏi lò, đặt trên giá làm mát và nướng các miếng còn lại khi chúng phồng nhẹ và để yên trong 15 đến 20 phút.

l) Làm nguội trong 5 đến 10 phút trước khi tách và đổ đầy.

51.bã mía

THÀNH PHẦN:

- 1¾ cốc nước, ở nhiệt độ phòng, chia
- 2 muỗng cà phê men ăn liền, chia
- 5 cốc trừ 1½ thìa bột mì (hoặc bột T55), chia
- 2 muỗng canh dầu ô liu, và nhiều hơn nữa để làm mưa phùn
- 1 muỗng canh muối kosher, cộng thêm để rắc

HƯỚNG DẪN:

a) Làm pate lên men: Trong một cái bát, khuấy đều ½ cốc nước với một chút men. Thêm 1¼ chén bột mì và 1 muỗng cà phê muối. Khuấy cho đến khi thành một khối bột xù xì. Đặt khối bột lên bàn và nhào cho đến khi hòa quyện, từ 1 đến 2 phút. Hỗn hợp sẽ dính. Cho bột trở lại tô, đậy lại bằng khăn và để yên trong 2 đến 4 giờ ở nhiệt độ phòng hoặc để trong tủ lạnh qua đêm. Nó sẽ tăng gấp đôi kích thước.

b) Làm bột: Thêm 1¼ cốc nước còn lại và men còn lại vào pâte fermentée, dùng ngón tay bẻ bột thành chất lỏng. Thêm 3⅔ cốc bột mì còn lại, dầu và 2 thìa cà phê muối còn lại vào rồi trộn cho đến khi tạo thành một khối bột xù xì, khoảng 1 phút.

c) Đổ bột ra bàn sạch và nhào trong 8 đến 10 phút cho đến khi mịn, co giãn và dẻo dai. Nếu bạn nhào bằng tay, hãy hạn chế thêm bột mì; bột sẽ tự nhiên trở nên ít dính hơn khi bạn nhào.

d) Kéo căng bột để kiểm tra sự phát triển gluten thích hợp. Nếu nó rách quá nhanh và có cảm giác thô ráp, hãy tiếp tục nhào cho đến khi mịn và dẻo.

e) Nếu nhào bằng tay thì cho bột trở lại tô. Che lại bằng khăn và để yên trong 1 giờ hoặc cho đến khi kích thước tăng gấp đôi.

f) Tạo hình và nướng: Rắc nhẹ bột lên bàn và dùng dụng cụ cạo băng ghế bằng nhựa để nhả bột ra khỏi bát. Dùng dao cạo bằng kim loại để chia bột thành 4 phần bằng nhau (mỗi phần khoảng 250 gram). Che lại bằng khăn và nghỉ ngơi trong 5 đến 10 phút. Dòng hai tấm nướng bánh bằng giấy giấy da.

g) Rắc bột mì lên các quả bóng và làm phẳng từng quả bóng thành hình bầu dục thô dày hơn ¼ inch một chút, trước tiên hãy sử dụng đầu ngón tay và sau đó là cây cán bột, nếu muốn.

h) Dùng dao gọt nghiêng một góc 45 độ để cắt các đường trang trí vào bột. Hãy chắc chắn rằng bạn cắt toàn bộ khối bột và đặt các vết cắt cách nhau ít nhất ½ inch.

i) Nhẹ nhàng chuyển hai ổ bánh mì vào mỗi khay nướng đã chuẩn bị sẵn, đặt chúng cách nhau vài inch. Kéo căng chúng nhẹ nhàng để đảm bảo vết cắt vẫn mở trong khi nướng.

j) Phủ khăn lên các ổ bánh mì và để yên trong 30 đến 45 phút hoặc cho đến khi có kết cấu marshmallow-y. Nếu bạn chọc vào bột, nó sẽ hơi co lại, để lại một vết lõm. Sau 15 phút ủ, làm nóng lò ở nhiệt độ 475°F.

k) Khi bánh đã sẵn sàng để nướng, hãy đặt khay nướng vào lò nướng. Xịt nước vào ổ bánh mì 4 hoặc 5 lần rồi đóng cửa lại.

l) Xịt lại sau 3 phút nướng và phun lại sau 3 phút nữa, thao tác nhanh để không làm mất nhiệt trong lò. Nướng tổng cộng từ 18 đến 20 phút, cho đến khi ổ bánh có màu nâu vàng đậm, xoay vị trí của các khay trong quá trình nướng để bánh chín vàng đều.

m) Lấy các khay ra khỏi lò và đặt sang một bên để nguội một chút.

n) Rưới dầu ô liu và rắc muối trước khi dùng.

52. Fougasse à l'Ail

THÀNH PHẦN:
- 2 chén bột mì
- 1 muỗng canh men lớn
- 1½ cốc nước ấm
- Muối biển để trang trí
- 1½ kg Bột mì
- 1½ thìa muối
- 100ml dầu ô liu
- 1 muỗng canh men
- 1 muỗng canh tỏi tươi băm nhỏ
- 1 cốc nước ấm; (xấp xỉ)

HƯỚNG DẪN:

a) Để làm món khai vị, trộn bột mì, men và nước với nhau cho đến khi hỗn hợp giống như bột nhão. Cho phép ngâm trong bát không phản ứng trong tối đa 3 ngày để tạo ra hương vị trưởng thành đáng yêu.

b) Trộn men, bột mì, muối, men, tỏi và một nửa lượng dầu với khoảng 1 cốc nước ấm để tạo thành khối bột mềm.

c) Nhào trên bề mặt đã rắc bột mì cho đến khi bột mịn mượt, thêm bột mì nếu cần thiết cho đến khi bột không còn dính nữa.

d) Để bột nở trong tô dầu cho bột nở gấp đôi, khoảng 2 giờ.

e) Chia bột thành 6 hoặc 8 phần và vê thành hình bầu dục khoảng 2cm. dày. Dùng dao sắc cắt các đường chéo vào miếng bột rồi kéo nhẹ để mở các lỗ. Quét dầu có hương vị mà bạn chọn và rắc muối biển.

f) Để bánh nở trong 20 phút rồi nướng ở 225c. trong 15-20 phút, phun nước hai lần trong quá trình nướng.

g) Lấy ra khỏi lò và chải lại bằng dầu ô liu một lần nữa.

53. Fougasse Au Romarin

THÀNH PHẦN:
- ½ mẻ bánh mì giòn
- 3 muỗng canh hương thảo tươi, xắt nhỏ

HƯỚNG DẪN:

a) Trộn bột.

b) Sau khi bột nở lần đầu từ 1½ đến 2 giờ, bột có thể được tạo hình thành bánh fougasse. Đặt khối bột lên một bề mặt đã rắc chút bột mì rồi vỗ nhẹ thành hình chữ nhật dài, hẹp. Rắc một lớp lá hương thảo cắt nhỏ lên bề mặt bột, cẩn thận phủ kín các mép bột.

c) Gấp miếng bột làm ba phần giống như một bức thư kinh doanh, phần ba trên cùng ở giữa miếng bột, sau đó là phần ba dưới cùng, chồng lên nhau hoàn toàn cả hai. Nhấn chặt 3 mặt mở của fougasse lại.

d) Dùng màng bọc thực phẩm bọc kín bánh mì và để bột nở gấp đôi, khoảng 1 đến 2 giờ.

e) Ba mươi phút trước khi nướng, làm nóng lò ở nhiệt độ 475 độ F. Đặt một viên đá nướng vào lò để làm nóng trước và đặt giá đỡ lò ngay bên dưới viên đá.

f) Rắc nhiều bột ngô lên một tấm nướng đã gọt vỏ hoặc lộn ngược và đặt bánh fougasse lên trên, kéo căng nhẹ để tạo thành hình vuông.

g) Cắt một mẫu trang trí, chẳng hạn như một chiếc lá hoặc một cái thang, vào bột bằng máy cắt bột. Trải và căng ổ bánh mì cho đến khi các vết cắt tạo thành những lỗ hở lớn.

h) Hãy chắc chắn rằng fougasse đã được tách ra khỏi vỏ, sau đó cẩn thận trượt nó lên đá nướng. Dùng bình xịt cây phun nước nhanh lên bánh mì từ 8 đến 10 lần, sau đó nhanh chóng đóng cửa lò lại. Phun sương lại sau 1 phút. Sau đó phun sương lại 1 phút sau.

i) Nướng trong khoảng 10 phút, sau đó giảm nhiệt độ xuống 450 độ và nướng lâu hơn 15 phút hoặc cho đến khi ổ bánh nghe có vẻ hơi rỗng khi gõ vào đáy và vỏ bánh có màu từ trung bình đến nâu sẫm.

j) Chuyển bánh mì ra giá để nguội ít nhất 30 phút trước khi dùng.

54.Đau De Campagne

THÀNH PHẦN:
- ¼ cốc Sourdough Starter hoặc pâte fermentée (đây)
- 1¼ cốc nước, ở nhiệt độ phòng
- 2¾ cốc cộng với 1 thìa bột mì (hoặc bột T55)
- ⅔ chén bột lúa mạch đen (hoặc bột T170)
- 1 muỗng canh muối kosher

HƯỚNG DẪN:

a) Làm bột: Trong một tô vừa, khuấy đều bột chua, nước, bột bánh mì và bột lúa mạch đen. Thêm muối và khuấy cho đến khi tạo thành một khối bột xù xì.

b) Đặt bột lên một bàn sạch và nhào trong 8 đến 10 phút cho đến khi mịn, co giãn và dẻo dai. Nếu bạn nhào bằng tay, hãy hạn chế thêm bột mì; bột sẽ tự nhiên trở nên ít dính hơn khi bạn nhào.

c) Kéo căng bột để kiểm tra sự phát triển gluten thích hợp. Nếu nó rách quá nhanh và có cảm giác thô ráp, hãy tiếp tục nhào cho đến khi có kết cấu mịn và dẻo.

d) Nếu nhào bằng tay thì cho bột trở lại tô. Che lại bằng một chiếc khăn và để yên trong 1 đến 3 giờ hoặc cho đến khi kích thước tăng gấp đôi.

e) Đổ bột vào một chiếc bát hoặc một chiếc bát có lót khăn. Rắc nhẹ bột lên bàn và dùng dụng cụ cạo bằng ghế bằng nhựa để lấy bột ra khỏi bát.

f) Dùng đầu ngón tay kéo các cạnh của bột vào trong, làm xung quanh bột theo chiều kim đồng hồ cho đến khi tất cả các cạnh được gấp vào giữa. Bóp nhẹ để bám dính. Bạn sẽ thấy các nếp bột gặp nhau ở giữa, tạo thành đường may. Lật bột lại.

g) Phủ bột lên mặt bột mịn rồi đặt miếng tròn có đường may hướng lên trên vào giỏ đã chuẩn bị sẵn. Đối với ổ bánh có hình vòng tròn, hãy lấy lớp lót ra khỏi rổ chống thấm và bột mì trước khi cho bột vào bên trong.

h) Che lại bằng một chiếc khăn và để sang một bên để ủ trong 1 đến 1 tiếng rưỡi cho đến khi có kết cấu nhẹ và thể tích tăng gấp đôi. Nếu bạn chọc vào bột, nó sẽ hơi co lại, để lại một vết lõm.

i) Sau 30 phút ủ, làm nóng lò trước ở nhiệt độ 475°F với đá nướng, khay nướng hoặc lò nướng kiểu Hà Lan (có nắp) bên trong để làm nóng khi lò nóng lên.

j) Khi ổ bánh đã sẵn sàng để nướng, nhẹ nhàng lật nó lên một tờ giấy da hình vuông có kích thước 10 đến 12 inch. Giữ một cái que ở góc 90 độ và sử dụng các chuyển động nhanh, nhẹ, ghi một dấu X lớn ở giữa ổ bánh, sâu ¼ inch.

k) Nếu sử dụng khay nướng, hãy lật ổ bánh mì đã được chống thấm lên khay nướng có lót giấy da và cho vào lò nướng đã làm nóng trước. Nếu sử dụng đá nướng, hãy trượt giấy da có ổ bánh mì lên mặt sau của khay nướng, sau đó đặt khay nướng lên đá nướng đã được làm nóng trong lò.

l) Giảm nhiệt độ lò xuống 450°F, xịt nước vào ổ bánh 4 hoặc 5 lần rồi đóng cửa lại. Xịt lại sau 3 phút nướng, rồi xịt lại sau 3 phút nữa, mỗi lần xịt nhanh để không bị mất nhiệt trong lò.

m) Nướng tổng cộng từ 25 đến 30 phút, cho đến khi lớp vỏ có màu nâu vàng đậm và đầu dò nhiệt độ được đưa vào giữa ổ bánh mì ghi khoảng 205°F. Dùng giấy da để trượt ổ bánh mì ra khỏi lò và đặt lên giá làm mát.

n) Nếu sử dụng lò nướng hoặc cocotte kiểu Hà Lan: Lấy nồi ra khỏi lò, mở nắp và hạ ổ bánh mì xuống bằng giấy da.

o) Đậy nắp và nướng trong 20 phút, sau đó mở nắp và nướng thêm 10 đến 15 phút cho đến khi ổ bánh có màu nâu vàng đậm. Dùng mép giấy nến làm dây treo để nhấc ổ bánh mì ra khỏi nồi và đặt lên giá để nguội. (Không cần thiết phải rắc những ổ bánh mì được làm trong lò nướng kiểu Hà Lan hoặc nồi cocotte, vì nồi đậy kín sẽ giúp ổ bánh tự hấp.)

p) Để bánh nghỉ khoảng 15 đến 20 phút trước khi cắt.

55. Boule De Pain

THÀNH PHẦN:
- 1½ cốc nước, ở nhiệt độ phòng, chia
- 2 muỗng cà phê men ăn liền, chia
- 3¾ chén bột mì (hoặc bột T55), chia
- ¼ chén bột mì nguyên hạt (hoặc bột mì T150)
- 1 muỗng canh muối kosher

HƯỚNG DẪN:
LÀM MỘT BƠI:
a) Trong một cái bát, khuấy đều ¾ cốc cộng với 2 thìa nước với một chút men. Thêm 1¾ chén bột bánh mì. Khuấy cho đến khi tạo thành một hỗn hợp mịn. Che lại bằng khăn và để yên trong 2 đến 4 giờ ở nhiệt độ phòng hoặc để trong tủ lạnh qua đêm. Nó sẽ tăng gấp đôi kích thước.

LÀM BỘT:
b) Thêm ⅔ cốc nước còn lại và men còn lại vào bể bơi, dùng ngón tay bẻ bột thành chất lỏng. Thêm 2 cốc bột mì còn lại, bột mì nguyên hạt và muối vào, trộn đều cho đến khi thành một khối bột xù xì, khoảng 1 phút. Đổ bột ra bàn sạch và nhào trong 8 đến 10 phút cho đến khi bột mịn, co giãn và dẻo dai. Nếu bạn nhào bằng tay, hãy hạn chế thêm bột mì; bột sẽ tự nhiên trở nên ít dính hơn khi bạn nhào.

c) Kéo căng bột để kiểm tra sự phát triển gluten thích hợp. Nếu nó rách quá nhanh và có cảm giác thô ráp, hãy tiếp tục nhào cho đến khi mịn và dẻo.

d) Nếu nhào bằng tay thì cho bột trở lại tô. Che lại bằng khăn và để yên trong 1 giờ hoặc cho đến khi kích thước tăng gấp đôi.

e) Tạo hình và nướng: Đổ bột vào giỏ tạo hình banneton hoặc tô có lót khăn. Rắc nhẹ bột lên bàn và dùng dụng cụ cạo bằng ghế bằng nhựa để lấy bột ra khỏi bát.

f) Dùng đầu ngón tay kéo các cạnh của bột vào trong, làm xung quanh bột theo chiều kim đồng hồ cho đến khi tất cả các cạnh được gấp vào giữa. Bóp nhẹ để bám dính. Bạn sẽ thấy các nếp bột gặp nhau ở giữa, tạo thành đường may.

g) Lật bột lại. Khum cả hai tay quanh đế và dùng tay nắm bàn kéo vòng tròn về phía bạn, xoay khi bạn di chuyển để thắt chặt đường may. Phủ bột lên mặt mịn rồi đặt miếng tròn, có đường may hướng lên trên, vào giỏ hoặc bát đã chuẩn bị sẵn.

h) Che lại bằng một chiếc khăn và để sang một bên để ủ trong 1 đến 1 tiếng rưỡi, cho đến khi có kết cấu nhẹ và thể tích tăng gấp đôi. Nếu bạn chọc vào bột, nó sẽ hơi co lại, để lại một vết lõm. Sau 30 phút kiểm tra,

i) Làm nóng lò ở nhiệt độ 475°F với đá nướng, khay nướng hoặc lò nướng kiểu Hà Lan bên trong để làm nóng lò khi lò nóng lên.

j) Khi ổ bánh đã sẵn sàng để nướng, nhẹ nhàng lật nó lên một tờ giấy da hình vuông có kích thước 10 đến 12 inch. Sử dụng một chiếc què hoặc dao cạo để ghi điểm trang trí, sử dụng các chuyển động nhanh và nhẹ.

k) Đặt ổ bánh mì đã được phủ giấy nến lên khay nướng và cho vào lò nướng đã làm nóng trước. Nếu sử dụng đá nướng, hãy trượt giấy da có ổ bánh mì lên mặt sau của khay nướng, sau đó đặt khay nướng lên đá nướng đã được làm nóng trong lò. (Nếu sử dụng lò kiểu Hà Lan, chuyển sang bước 12.)

l) Giảm nhiệt độ lò xuống 450°F, xịt nước vào ổ bánh 4 hoặc 5 lần rồi đóng cửa lại. Xịt lại sau 3 phút nướng và phun lại sau 3 phút nữa, mỗi lần xịt nhanh để không làm mất nhiệt trong lò. Nướng tổng cộng từ 25 đến 30 phút cho đến khi lớp vỏ có màu nâu vàng đậm và đầu dò nhiệt độ được đưa vào giữa ổ bánh mì ghi khoảng 200°F. (Tôi thích kiểm tra nhiệt độ bằng cách đưa đầu dò vào thành bên của ổ bánh mì, thay vì phía trên, để lỗ thoát ra kín đáo.) Trượt ổ bánh mì lên giá làm mát.

m) Nếu bạn đang sử dụng lò nướng kiểu Hà Lan, hãy lấy nồi ra khỏi lò, mở nắp và hạ ổ bánh mì vào bên trong bằng giấy da. Đậy nắp và nướng trong 20 phút, sau đó tháo nắp và nướng thêm 10 đến 15 phút cho đến khi ổ bánh có màu nâu vàng đậm và nhiệt độ đăng ký khoảng 200°F. Dùng mép giấy nến làm dây treo để nhấc ổ bánh mì ra khỏi nồi và đặt lên giá để nguội.

n) Để bánh nguội khoảng 15 đến 20 phút trước khi cắt.

56.La Petite Boule De Pain

THÀNH PHẦN:
- 7 chén bột mì
- ¾ cốc bột mì cứng màu đỏ
- ¾ chén bột mì
- 2¾ cốc nước
- 1 ¾ thìa muối
- 1 ½ thìa cà phê men
- 2 ½ thìa cà phê Đường
- ⅓ chén hạt lanh, vừng hoặc hạt bí ngô

HƯỚNG DẪN:

a) Trước tiên, bạn phải khởi động men, để làm được điều đó, lý tưởng nhất là bạn sử dụng một cốc đo cao, nơi bạn cho đường và men đã khử nước, ở nhiệt độ kém 65 ° C và trộn bằng thìa cho đến khi mọi thứ hòa tan, sau đó để yên. trong 10 phút cho đến khi nó trông như thế này.

b) Cân bột mì và muối rồi đặt chúng lên mặt bàn, hãy cẩn thận để lượng bột mì và muối gần như nhau ở mọi nơi vì bạn sẽ làm kém chất lỏng bên trong và không muốn có lỗ hở ở bất cứ đâu nếu không bạn sẽ gặp rắc rối.

c) Trộn bằng ngón tay bằng cách di chuyển theo vòng tròn, từ từ cho bột mì vào bên cạnh cho đến khi bạn có một khối bột đẹp mắt.

d) Khi đã có một khối bột đẹp, bạn nên dùng tay nhào bột trong 5 phút để cố gắng phát triển gluten bên trong. Cuối cùng, thêm hạt bạn chọn

e) Sau khi hoàn thành việc đó, hãy ủ bột trong tô có phủ khăn ướt trong lò nướng từ 2 đến 3 giờ.

f) Nếu không có lò nướng thì rất đơn giản, bạn hãy dùng lò nướng gas hoặc lò nướng điện, đặt một bát nước ấm dưới đáy rồi bật lò nướng ở nhiệt độ bất kỳ trong khoảng 3 phút rồi tắt.

g) Sau khi đã ủ chín, bạn đặt bột lên mặt bếp với một ít bột mì và không nhào, chỉ cần ấn dẹt và gấp bột lại, bột phải khá đàn hồi nên lấy một đầu, đầu phía bắc của bột và đưa về phía trước. phía Nam, thực hiện tương tự cho tất cả các góc vài lần, sau đó lật lại và vo tròn "bi hoa".

h) Việc gấp là thứ sẽ tạo cho bánh mì sức mạnh để nổi lên. Sau khi lật nó lại, hãy để nó thử lại một lần nữa ở nhiệt độ phòng trên mặt bàn trong khoảng một giờ bằng khăn ướt.

i) Ngay trước mốc giờ, hãy làm nóng lò nướng ở nhiệt độ 225 º C rồi cho chảo gang hoặc nồi chịu nhiệt nặng có nắp đậy kín không có nắp, bạn sẽ cần đậy nắp khi cho bánh mì vào.

j) Điểm lên trên hai lần bằng cách sử dụng một lưỡi dao cạo hoặc một con dao sắc và rắc bột lên trên (điều này sẽ tạo cho nó có kết cấu đẹp mắt ở trên) sau đó dùng tay lấy bột và cho vào nồi chịu nhiệt nặng có nắp đậy trong khoảng 20 phút.

k) Sau 20 phút đầu tiên, giảm nhiệt độ xuống 200 độ C và nướng lại trong 20 phút nữa mà không cần đậy nắp.

l) Sau 40 phút đó, mang nó ra khỏi lò và lấy nó ra khỏi nồi rồi để nguội trên giá và thế là bạn đã có nó.

m) Để giữ được bánh mì lâu hơn một chút, bạn có một vài lựa chọn, sau một ngày, bạn có thể cắt bánh và đông lạnh, cho vào khóa zip hoặc có thể giữ nguyên nguyên nhưng bạn phải gói bánh mì trong hộp. khăn mỗi khi bạn sử dụng xong. nó sẽ kéo dài 3 ngày như thế này.

n) Nếu bạn thích bánh mì ít đặc hơn một chút, hãy tăng gấp đôi lượng men và để bột nghỉ lâu hơn. Trong gia đình chúng tôi, chúng tôi thích bánh mì dày :-)

57. Cơn đau hoàn thành

THÀNH PHẦN:
- ¾ cốc nước, ở nhiệt độ phòng, chia đều
- 2 thìa mật ong
- 1½ muỗng cà phê men ăn liền, chia
- 2¼ chén bột mì nguyên hạt (hoặc bột T150), chia
- 1½ muỗng cà phê muối kosher

HƯỚNG DẪN:

a) Làm hồ bơi: Trong một tô vừa, khuấy đều ½ cốc nước, mật ong và một chút men, sau đó là 1 cốc bột mì. Khuấy cho đến khi tạo thành một hỗn hợp sệt. Che lại bằng khăn và để yên trong 2 đến 4 giờ ở nhiệt độ phòng hoặc để trong tủ lạnh qua đêm. Nó sẽ tăng gấp đôi kích thước.

b) Làm bột: Thêm ¼ cốc nước còn lại và men còn lại theo sở thích, dùng ngón tay bẻ bột thành chất lỏng. Thêm 1¼ cốc bột mì và muối còn lại vào, trộn đều cho đến khi tạo thành khối bột xù xì, khoảng 1 phút. Đổ bột ra bàn sạch và nhào trong 8 đến 10 phút (hoặc chuyển sang máy trộn đứng và nhào trong 6 đến 8 phút ở tốc độ thấp) cho đến khi mịn, co giãn và dẻo. Nếu bạn nhào bằng tay, hãy hạn chế thêm bột mì; bột sẽ tự nhiên trở nên ít dính hơn khi bạn nhào. Nếu nhào bằng tay thì cho bột trở lại tô. Che lại bằng một chiếc khăn và để yên trong 1 giờ hoặc cho đến khi kích thước tăng gấp đôi.

c) Tạo hình và nướng: Rắc nhẹ bột lên bàn và dùng dụng cụ cạo băng ghế bằng nhựa để nhả bột ra khỏi bát.

d) Dùng đầu ngón tay kéo các cạnh của bột vào trong, làm xung quanh bột theo chiều kim đồng hồ cho đến khi tất cả các cạnh được gấp vào giữa. Bóp nhẹ để bám dính.

e) Bạn sẽ thấy các nếp bột gặp nhau ở giữa, tạo thành đường may.

f) Lật bột lại. Khum cả hai tay quanh chân đế và dùng tay nắm bàn kéo vòng tròn về phía bạn, xoay khi bạn di chuyển để thắt chặt đường may. Che lại bằng khăn và nghỉ ngơi trong 5 đến 10 phút.

g) Dùng đầu ngón tay ấn nhẹ viên tròn thành hình bầu dục thô. Gấp phần trên cùng của miếng bột về phía bạn và ấn nhẹ dọc theo đường may để dính. Lăn bột về phía bạn một lần nữa để tạo thành khúc gỗ, dùng gót bàn tay hoặc đầu ngón tay để bịt kín đường may. Hãy chắc chắn rằng băng ghế của bạn được phủ bột mì nhẹ. Bạn không muốn tạo áp lực quá lớn lên khối bột nhưng cũng không muốn khối bột trượt thay vì lăn. Nếu bột trượt, hãy phủi bớt bột thừa và làm ướt nhẹ tay.

h) Nhẹ nhàng lật miếng bột sao cho đường nối nằm ở phía dưới rồi dùng tay lắc qua lắc lại hai đầu ổ bánh để tạo thành hình quả bóng đá.

i) Sau đó, dùng tay vuốt từ giữa ổ bánh ra phía mép để bánh hơi dài ra khoảng 8 inch. Chuyển sang khay nướng có lót giấy da.

j) Phủ bột bằng một chiếc khăn và để yên trong khoảng 1 giờ cho đến khi nó có kết cấu giống như kẹo dẻo. Nếu bạn chọc vào bột, nó sẽ hơi co lại, để lại một vết lõm. Sau 30 phút ủ, làm nóng lò ở nhiệt độ 450°F.

k) Khi ổ bánh mì đã sẵn sàng để nướng, hãy giữ một chiếc lame ở góc 30 độ và tạo điểm trang trí, sử dụng các chuyển động nhanh và nhẹ để tạo các đường chéo song song dọc theo chiều dài của ổ bánh.

l) Đặt khay nướng vào lò, xịt nước vào ổ bánh 4 hoặc 5 lần rồi đóng cửa lại. Xịt lại sau 3 phút nướng và phun lại sau 3 phút nữa, thao tác nhanh để không làm mất nhiệt trong lò. Nướng tổng cộng từ 20 đến 25 phút, cho đến khi ổ bánh có màu nâu vàng đậm và nhiệt độ bên trong đạt khoảng 200°F.

m) Chuyển ổ bánh sang giá làm mát trong 15 đến 20 phút trước khi cắt lát.

58. Đau Aux Noix

THÀNH PHẦN:
- 1½ cốc nước, ở nhiệt độ phòng
- 3 thìa mật ong
- 2 muỗng cà phê men ăn liền
- 2⅔ chén bột mì nguyên hạt (hoặc bột mì T150)
- 1½ chén bột mì (hoặc bột T55)
- 1 muỗng canh muối kosher
- 1½ chén quả óc chó cắt nhỏ

HƯỚNG DẪN:

a) Làm bột: Trong một tô vừa, khuấy đều nước, mật ong và men. Thêm toàn bộ bột mì, bột bánh mì và muối. Khuấy cho đến khi thành một khối bột xù xì. Đặt bột lên một bàn sạch và nhào trong 8 đến 10 phút (hoặc chuyển sang máy trộn đứng và nhào trong 6 đến 8 phút ở tốc độ thấp) cho đến khi mịn, co giãn và dẻo dai. Kéo căng bột để kiểm tra sự phát triển gluten thích hợp. Nếu nó rách quá nhanh và có cảm giác thô ráp, hãy tiếp tục nhào cho đến khi mịn và dẻo. Nhào trong quả óc chó.

b) Nếu nhào bằng tay thì cho bột trở lại tô. Che lại bằng khăn và để yên trong 1 giờ hoặc cho đến khi kích thước tăng gấp đôi. (Thời gian này sẽ thay đổi, tùy thuộc vào nhiệt độ nhà bếp của bạn.)

c) Rắc nhẹ bột lên bàn và dùng dụng cụ cạo băng ghế bằng nhựa để lấy bột ra khỏi bát. Chia bột làm đôi, sử dụng cân để đảm bảo trọng lượng bằng nhau, nếu có.

d) Dùng đầu ngón tay kéo các cạnh của một miếng bột vào trong, làm xung quanh miếng bột theo chiều kim đồng hồ cho đến khi tất cả các cạnh được gấp vào giữa. Bóp nhẹ để bám dính. Bạn sẽ thấy các nếp bột gặp nhau ở giữa, tạo thành đường may. (Cẩn thận không nhào bột hoặc xẹp bột quá mạnh.) Lật vòng lại. Khum cả hai tay quanh chân đế và dùng tay nắm bàn kéo vòng tròn về phía bạn, xoay khi bạn di chuyển để thắt chặt đường may. Lặp lại với vòng còn lại. Che lại bằng khăn và nghỉ ngơi trong 5 đến 10 phút.

e) Làm từng vòng một, ấn nhẹ vào hình bầu dục thô. Gấp phần trên cùng của miếng bột về phía bạn và ấn nhẹ dọc theo đường may để dính. Lăn bột về phía bạn một lần nữa để tạo thành khúc gỗ, dùng gót bàn tay hoặc đầu ngón tay để bịt kín đường may. Hãy chắc chắn rằng băng ghế của bạn được phủ bột mì nhẹ. Bạn không muốn tạo áp lực quá lớn lên khối bột nhưng cũng không muốn khối bột trượt thay vì lăn. Nếu bột trượt, hãy phủi bớt bột thừa và làm ướt nhẹ tay.

f) Nhẹ nhàng lật miếng bột sao cho đường nối nằm ở phía dưới rồi dùng tay lắc qua lắc lại hai đầu ổ bánh để tạo thành hình quả bóng đá.

g) Sau đó, dùng tay vuốt từ giữa mỗi ổ bánh mì ra phía mép để kéo dài chúng ra một chút cho đến khi chúng dài từ 8 đến 10 inch. Chuyển cả hai ổ bánh mì vào khay nướng có lót giấy da, đặt chúng cách nhau ít nhất vài inch.

h) Che lại bằng một chiếc khăn và để sang một bên để ủ trong khoảng 1 giờ hoặc cho đến khi có kết cấu marshmallow-y. Nếu bạn chọc vào bột, nó sẽ hơi co lại, để lại một vết lõm. Sau 30 phút ủ, làm nóng lò ở nhiệt độ 450°F.

i) Khi các ổ bánh mì đã sẵn sàng để nướng, hãy giữ một chiếc lame ở góc 30 độ và tạo điểm trang trí, sử dụng các chuyển động nhanh và nhẹ để tạo ra 2 hoặc 3 đường chéo song song dọc theo chiều dài của ổ bánh.

j) Đặt khay nướng vào lò, phun nước 4 hoặc 5 lần rồi đóng cửa lại. Xịt lại sau 3 phút nướng và phun lại sau 3 phút nữa, thao tác nhanh để không làm mất nhiệt trong lò. Nướng tổng cộng từ 20 đến 25 phút, cho đến khi ổ bánh có màu nâu vàng đậm và nhiệt độ bên trong đạt khoảng 190°F.

k) Chuyển ổ bánh mì sang giá làm mát trong 15 đến 20 phút trước khi cắt.

59.gibassier

THÀNH PHẦN:
- 4 chén bột mì
- 10 g men hoặc bicarbonate
- 150 g đường vàng bột
- 130g dầu ô liu
- 130g rượu trắng ấm
- 1 nhúm muối
- 1 chén hồi xanh cạo sạch
- 4cl hoa cam

HƯỚNG DẪN:
a) Hòa tan men vào bình chứa với một ít nước ấm.
b) Thêm 500 g bột mì và đào một đài phun nước trong đó.
c) Cho vào giữa 130 g dầu ô liu, 150 g đường, 1 nhúm muối và 1 thìa canh, cùng hoa hồi xanh đã cạo sạch.
d) Thêm men, hoa cam và trộn đều bột.
e) Dần dần thêm rượu vang trắng ấm để có được hỗn hợp sệt.
f) Chia bột và tạo thành 2 miếng bột nhỏ.
g) Cán từng miếng bột thành từng chiếc bánh nhỏ dày 1cm. Đặt chúng lên khay nướng có lót giấy da, dùng con lăn hoặc dao rạch 5 đường và để yên qua đêm trong lò.
h) Ngày hôm sau, làm nóng lò ở 180°C, rắc đường mía vàng và nướng trong 25 đến 30 phút.

60. Đau Âu Sơn

THÀNH PHẦN:
- 10 g men làm bánh tươi
- 150 g cám
- 250g bột mì
- 50g bột lúa mạch đen
- 1 cốc muối

HƯỚNG DẪN:

a) Ngâm 100 g cám trong 2 dl nước trong 1 giờ rồi để ráo nước.

b) Trong một bát khác, đổ 2 loại bột vào và tạo thành một đài phun nước. Đổ men vụn, muối, sau đó là hỗn hợp cám.

c) Nhào tất cả mọi thứ trong vòng 10 đến 15 phút cho đến khi tạo thành một khối bột đồng nhất. Đậy bát bằng một miếng vải ẩm và để ở nơi ấm áp, tránh gió lùa trong khoảng 1h30.

d) Nhào bột khoảng 10 phút trên bề mặt có phủ bột mì rồi tạo thành một ổ bánh mì dài.

e) Làm nóng lò ở 180°C (th.6).

f) Bôi mỡ vào khuôn lớn và lót phần cám còn lại vào khuôn.

g) Chia bột vào khuôn và ủ thêm 30 phút nữa.

h) Nướng bánh khoảng 50 phút.

i) Để nguội. Mở khuôn.

61. Faluche

THÀNH PHẦN:
- 4 chén bột mì đa dụng
- 10g muối
- 10g đường
- 10g men khô hoạt tính
- 300ml nước ấm
- 2 muỗng canh dầu ô liu

HƯỚNG DẪN:

a) Chuẩn bị hỗn hợp men: Hòa tan đường và men trong nước ấm trong một bát nhỏ. Để yên trong 5 phút cho đến khi nó nổi bọt.

b) Trộn các nguyên liệu khô Trong một tô trộn lớn, trộn bột mì và muối.

c) Tạo hình bột: Tạo một cái giếng ở giữa nguyên liệu khô rồi đổ hỗn hợp men và dầu ô liu vào. Dần dần trộn bột vào nguyên liệu ướt cho đến khi tạo thành khối bột.

d) Nhào bột: Chuyển khối bột lên mặt phẳng đã rắc sẵn bột áo và nhào trong 10 phút cho đến khi bột mịn và đàn hồi.

e) Ủ bột: Cho bột vào tô đã phết một ít dầu, phủ khăn bếp ẩm lên và để bột nở ở nơi ấm áp trong 1 đến 2 giờ cho đến khi bột nở gấp đôi.

f) Làm nóng trước và tạo hình: Làm nóng lò nướng của bạn ở nhiệt độ 220°C (425°F) và đặt đá nướng hoặc khay nướng vào bên trong để làm nóng trước. Sau khi bột đã nở, hãy ấn nhẹ bột và tạo hình thành ổ bánh hình tròn hoặc hình bầu dục.

g) Độ nở cuối cùng: Chuyển khối bột đã tạo hình lên một mảnh giấy da. Đậy lại bằng khăn bếp ẩm và để yên trong 15 phút.

h) Nướng: Cẩn thận chuyển giấy da có bột lên đá nướng hoặc khay nướng đã làm nóng trước. Nướng trong vòng 15 đến 20 phút cho đến khi faluche chuyển sang màu nâu vàng và phát ra âm thanh rỗng khi gõ vào đáy.

i) Làm nguội và thưởng thức: Lấy faluche ra khỏi lò và để nguội trên giá lưới. Sau khi nguội, cắt lát và phục vụ như mong muốn.

62.Đau De Seigle

THÀNH PHẦN:
- 1 ¾ chén bột lúa mạch đen
- 2 chén bột mì
- 2 thìa cà phê muối
- 2 thìa cà phê đường
- 2 ¼ thìa cà phê men khô hoạt động
- 1 ⅓ cốc nước ấm

HƯỚNG DẪN:

a) Trong một tô trộn lớn, trộn bột lúa mạch đen, bột mì, muối và đường. Trộn đều để phân bố đều các thành phần.

b) Trong một bát nhỏ, hòa tan men trong nước ấm. Để yên trong khoảng 5 phút cho đến khi nó nổi bọt.

c) Đổ hỗn hợp men vào tô cùng với nguyên liệu khô. Khuấy hỗn hợp bằng thìa gỗ hoặc tay cho đến khi tạo thành khối bột dính.

d) Chuyển bột lên bề mặt đã rắc bột mì và nhào khoảng 8-10 phút cho đến khi bột mịn và đàn hồi. Thêm bột mì nếu cần thiết để chống dính, nhưng lưu ý không thêm quá nhiều.

e) Đặt bột vào một cái tô có phết một ít dầu mỡ và phủ khăn bếp sạch hoặc màng bọc thực phẩm lên trên. Để nó nở ở nơi ấm áp, không có gió lùa trong khoảng 1 đến 1 tiếng rưỡi hoặc cho đến khi nó nở gấp đôi.

f) Sau khi bột đã nổi lên, hãy nhẹ nhàng xả hơi bằng cách dùng đầu ngón tay ấn xuống. Tạo hình bột thành một ổ bánh tròn hoặc đặt vào chảo nướng đã phết dầu mỡ.

g) Phủ nhẹ bột bằng khăn bếp và để bột nở thêm 30-45 phút nữa hoặc cho đến khi bột phồng lên một chút.

h) Trong khi đó, làm nóng lò nướng của bạn ở nhiệt độ 220°C (425°F). Nếu sử dụng đá nướng, hãy đặt nó vào lò trong khi làm nóng trước.

i) Sau khi bột đã nở xong, hãy tháo khăn ra và chuyển ổ bánh mì vào khay nướng hoặc đặt trực tiếp lên đá nướng đã được làm nóng trước.

j) Nướng pain de seigle trong khoảng 35-40 phút hoặc cho đến khi vỏ bánh có màu nâu vàng đậm và ổ bánh nghe có vẻ rỗng khi gõ vào đáy.

k) Lấy bánh mì ra khỏi lò và để nguội trên giá lưới trước khi cắt và thưởng thức.

l) Hãy thưởng thức món pain de seigle tự làm của bạn với hương vị đậm đà và kết cấu vừa ý!

63.miche

THÀNH PHẦN:
- 4 chén bột mì
- ¾ chén bột mì nguyên hạt
- 2 thìa cà phê muối
- 2 ¼ thìa cà phê men khô hoạt động
- 1 ½ cốc nước ấm

HƯỚNG DẪN:

a) Trong một tô trộn lớn, trộn bột mì, bột mì nguyên cám và muối. Trộn đều để phân bố đều các thành phần.

b) Trong một bát nhỏ, hòa tan men trong nước ấm. Để yên trong khoảng 5 phút cho đến khi nó nổi bọt.

c) Đổ hỗn hợp men vào tô cùng với nguyên liệu khô. Khuấy hỗn hợp bằng thìa gỗ hoặc tay cho đến khi tạo thành khối bột dính.

d) Chuyển bột lên bề mặt đã rắc bột mì và nhào khoảng 8-10 phút cho đến khi bột mịn và đàn hồi. Thêm bột mì nếu cần thiết để chống dính, nhưng lưu ý không thêm quá nhiều.

e) Đặt bột vào một cái tô có phết một ít dầu mỡ và phủ khăn bếp sạch hoặc màng bọc thực phẩm lên trên. Để nó nở ở nơi ấm áp, không có gió lùa trong khoảng 1 đến 1 tiếng rưỡi hoặc cho đến khi nó nở gấp đôi.

f) Sau khi bột đã nổi lên, hãy nhẹ nhàng xả hơi bằng cách dùng đầu ngón tay ấn xuống. Tạo hình bột thành một ổ bánh tròn bằng cách nhét các cạnh bên dưới và xoay bột theo chuyển động tròn.

g) Đặt miche đã tạo hình lên khay nướng có lót giấy da. Đậy nhẹ bằng khăn bếp và để bột nở thêm 30-45 phút nữa hoặc cho đến khi hơi phồng lên.

h) Trong khi đó, làm nóng lò nướng ở nhiệt độ 220°C (425°F) và đặt một chảo nước nóng nông lên giá dưới cùng. Điều này sẽ tạo ra hơi nước trong lò, giúp vỏ bánh giòn.

i) Sau khi miche đã nở xong, hãy tháo khăn ra và cẩn thận chuyển khay nướng vào lò nướng đã được làm nóng trước. Nướng trong khoảng 35-40 phút hoặc cho đến khi ổ bánh có màu nâu vàng và nghe thấy tiếng rỗng khi gõ nhẹ vào đáy.

j) Lấy miche ra khỏi lò và để nguội trên giá lưới trước khi cắt và phục vụ.

BÁNH MÌ Ý

64. Grissini Alle Erbe

THÀNH PHẦN:
- 1 ổ bánh mì Pháp, (8 ounce)
- 1 muỗng canh dầu ô liu
- 1 tép tỏi, giảm một nửa
- ¾ thìa cà phê lá oregano khô
- ¾ muỗng cà phê húng quế khô
- ⅛ thìa cà phê muối

HƯỚNG DẪN:

a) Cắt bánh mì làm đôi theo chiều ngang và cắt từng miếng làm đôi theo chiều ngang.

b) Quét đều dầu lên các mặt cắt của bánh mì; chà xát với tỏi. Rắc lá oregano, húng quế và muối lên bánh mì. Cắt từng miếng bánh mì theo chiều dọc thành 3 que.

c) Đặt các que bánh mì lên khay nướng; nướng ở 300 độ trong 25 phút hoặc cho đến khi giòn.

65. Pane Pugliese

THÀNH PHẦN:
- 4 chén bột mì
- 1 ½ thìa cà phê men khô hoạt tính
- 2 cốc nước ấm
- 2 thìa cà phê muối
- Dầu ô liu nguyên chất (để bôi trơn)
- Bột ngô (để rắc)

HƯỚNG DẪN:

a) Trong một bát nhỏ, hòa tan men trong ½ cốc nước ấm. Để yên trong khoảng 5 phút hoặc cho đến khi nó nổi bọt.

b) Trong một tô trộn lớn, trộn bột mì và muối.

c) Tạo một cái giếng ở giữa hỗn hợp bột rồi đổ hỗn hợp men và phần nước ấm còn lại vào.

d) Khuấy các thành phần với nhau cho đến khi tạo thành một khối bột thô.

e) Chuyển bột lên bề mặt đã rắc bột mì và nhào trong khoảng 10-15 phút hoặc cho đến khi bột mịn và đàn hồi. Thêm một ít bột mì nếu cần để chống dính.

f) Đặt bột vào tô đã phết dầu mỡ, phủ khăn bếp sạch lên và để bột nở ở nơi ấm áp trong khoảng 1-2 giờ hoặc cho đến khi bột nở gấp đôi.

g) Làm nóng lò nướng của bạn ở nhiệt độ 425°F (220°C). Nếu bạn có đá nướng, hãy đặt nó vào lò nướng để làm nóng trước.

h) Khi bột đã nổi lên, bạn ấn nhẹ xuống để loại bỏ bọt khí. Tạo hình nó thành một ổ bánh hình tròn hoặc hình bầu dục.

i) Đặt ổ bánh mì đã tạo hình lên khay nướng hoặc vỏ bánh pizza đã phủ bột ngô. Điều này sẽ giúp bánh mì không bị dính.

j) Đậy ổ bánh bằng một chiếc khăn bếp sạch và để bánh nở thêm 30-45 phút hoặc cho đến khi bánh phồng lên một chút.

k) Dùng dao sắc rạch vài đường nông trên mặt bánh. Điều này sẽ giúp bánh nở ra và tạo ra lớp vỏ đẹp mắt.

l) Chuyển ổ bánh mì lên khay nướng đã được làm nóng trước hoặc đặt trực tiếp lên khay nướng nếu bạn không dùng đá.

m) Nướng bánh mì trong lò làm nóng trước khoảng 30-35 phút hoặc cho đến khi bánh chuyển sang màu nâu vàng và nghe thấy tiếng rỗng khi gõ vào đáy.

n) Sau khi nướng xong, lấy Pane Pugliese ra khỏi lò và để nguội trên giá lưới.

66.Grissini

THÀNH PHẦN:
- 2 chén bột mì
- 1 thìa cà phê muối
- 1 thìa cà phê đường
- 1 muỗng canh dầu ô liu
- ¾ cốc nước ấm
- Tùy chọn: hạt vừng hoặc hạt anh túc để rắc

HƯỚNG DẪN:

a) Trong một tô trộn, trộn bột mì, muối và đường. Trộn đều để phân bố đều các thành phần.

b) Tạo một cái giếng ở giữa nguyên liệu khô rồi đổ dầu ô liu và nước ấm vào.

c) Khuấy hỗn hợp bằng thìa gỗ hoặc tay cho đến khi tạo thành bột.

d) Chuyển bột sang bề mặt đã rắc bột mì và nhào khoảng 5 - 7 phút cho đến khi bột mịn và đàn hồi.

e) Chia bột thành những phần nhỏ hơn. Lấy từng phần một và cuộn thành hình sợi dây mỏng, đường kính khoảng ¼ inch.

f) Cắt bột đã cán thành những thanh dài 8-10 inch. Bạn có thể làm cho chúng ngắn hơn hoặc dài hơn tùy theo sở thích của bạn.

g) Đặt các que grissini lên khay nướng có lót giấy da. Chừa một khoảng trống giữa các que để chúng có thể nở ra.

h) Nếu muốn, bạn có thể phết dầu ô liu lên que grissini và rắc hạt vừng hoặc hạt anh túc lên trên để tăng thêm hương vị và kết cấu.

i) Làm nóng lò nướng của bạn ở nhiệt độ 400°F (200°C).

j) Để que grissini nghỉ và nở trong khoảng 15-20 phút.

k) Nướng grissini trong lò làm nóng trước khoảng 15-20 phút hoặc cho đến khi chúng chuyển sang màu nâu vàng và giòn.

l) Sau khi nướng xong, lấy grissini ra khỏi lò và để nguội trên giá lưới.

67. ngăn bánh pita

THÀNH PHẦN:
- 3 chén bột mì đa dụng chưa tẩy trắng
- 2 muỗng cà phê men ăn liền
- 2 thìa cà phê Chất cải thiện bột cuộn dễ dàng
- 2 thìa cà phê đường cát
- 1 ½ muỗng cà phê muối
- 1 ly nước
- 2 muỗng canh dầu thực vật

HƯỚNG DẪN:

a) Cân bột của bạn; hoặc bằng cách nhẹ nhàng múc nó vào cốc, sau đó quét sạch phần thừa. Trộn bột mì với các nguyên liệu còn lại, trộn đều để tạo thành một khối bột xù xì/thô.

b) Nhào bột bằng tay (10 phút) hoặc bằng máy trộn (5 phút) hoặc bằng máy làm bánh mì (đặt theo chu trình bột) cho đến khi bột mịn.

c) Đặt bột vào một cái tô đã phết một ít dầu mỡ và để bột nghỉ trong 1 giờ; nó sẽ trở nên khá sưng húp, mặc dù nó có thể không tăng gấp đôi về số lượng. Nếu bạn đã sử dụng máy làm bánh mì, chỉ cần để máy hoàn thành chu trình của nó.

d) Lật bột lên một bề mặt đã phết một ít dầu và chia thành 8 phần.

68.Pane Al Farro

THÀNH PHẦN:
- 500 g bột mì
- 300gr bột mì (cả bữa)
- 350ml nước
- 25 g dầu ôliu (loại extra virgin)
- 20 g men bia (tươi)
- 20 g muối
- 1 muỗng cà phê mạch nha lúa mạch (tùy chọn)
- 100 g hạt (hỗn hợp)

HƯỚNG DẪN:

a) Để chuẩn bị bánh mì đánh vần, hãy bắt đầu bằng cách hòa tan men bia vụn trong một ít nước ở nhiệt độ phòng.

b) Cho hai loại bột và mạch nha lúa mạch vào tô rồi trộn đều các nguyên liệu khô. Sau đó thêm nước mà bạn đã hòa tan men và dầu ô liu vào.

c) Thêm nhiều nước hơn; Mình khuyên bạn không nên cho hết nước vào cùng một lúc, có thể không cần thiết vì có thể sẽ mất một lúc, tùy thuộc vào khả năng hấp thụ của bột bạn đang sử dụng. Sau đó, bắt đầu nhào bột bằng móc của máy trộn hành tinh và điều chỉnh lượng nước thêm vào, bạn sẽ phải có được một khối bột nhỏ gọn (có thể nói là nhỏ gọn hơn so với bột bánh pizza). Khi kết thúc quá trình chế biến, thêm muối và nhào lại. Cuối cùng, thêm các hạt đã trộn vào và làm lại để phân phối đều trong bột.

d) Hoàn thành việc nhào bột bằng tay trên khay làm bánh ngọt và tạo hình cầu cho bột, đặt bột vào tô lớn đã phết dầu mỡ, bọc màng bọc thực phẩm và để bột nở ở nơi ấm áp có mái che (tắt lò và bật đèn sẽ hoạt động tốt).). Để nó nở ít nhất 3-4 giờ hoặc cho đến khi nở gấp đôi.

e) Sau khi ủ men, lấy bột lại, xì hơi rồi chuyển lên khay làm bánh, cán dẹt và gấp 3 lần, gấp lại như cuốn sách sẽ tạo thêm động lực cho lần ủ thứ hai. Bây giờ hãy xếp bánh mì lên một tờ giấy da, với nắp úp xuống và đặt vào giỏ để bánh tăng chiều cao.

f) Sau một giờ, bánh mì sẽ nở, làm nóng lò ở nhiệt độ 240° với khay nướng bên trong. Khi đã đạt đến nhiệt độ thích hợp, xếp bánh mì (cùng toàn bộ giấy nến) trực tiếp lên khay đã được làm nóng trước trong lò và nướng bánh mì ở kệ thấp nhất.

g) Để có được hiệu ứng vỏ bánh giòn, hãy nướng bánh mì ở 240° trong 15 phút, sau đó hạ nhiệt độ xuống 180° và tiếp tục nướng thêm 30 phút nữa, cuối cùng lại nâng lên 200° trong 10 phút. Khi bánh đã chín, lấy bánh ra khỏi lò và chuyển sang giá lưới để bánh nguội.

h) Phục vụ

69. Focaccia

THÀNH PHẦN:
- 2¼ muỗng cà phê men khô hoạt tính
- 3 chén bột mì
- ½ thìa muối
- ½ thìa đường
- 1 ly nước; thêm
- 2 thìa nước
- 1 muỗng canh dầu ô liu
- 2 muỗng canh dầu ô liu nguyên chất
- 2 thìa cà phê muối thô
- Hạt tiêu vừa mới nghiền

HƯỚNG DẪN:
QUY TRÌNH MÁY

a) Thêm các thành phần, ngoại trừ lớp phủ, theo thứ tự được chỉ định trong sách hướng dẫn sử dụng máy làm bánh mì của bạn. Đặt máy làm bánh mì ở chế độ bột/thủ công. Khi kết thúc chương trình, nhấn Clear/stop. Để ấn bột xuống, nhấn bắt đầu và nhào trong 60 giây. Nhấn xóa/dừng lại. Lấy bột ra và để bột nghỉ 5 phút trước khi tạo hình bằng tay.

b) Nếu máy làm bánh mì của bạn không có cài đặt bột/thủ công, hãy làm theo quy trình làm bánh mì thông thường nhưng chỉ nhào bột một lần. Khi kết thúc chu trình nhào, nhấn nút Clear/stop. Để bột nở trong 60 phút, kiểm tra sau 30 phút đầu tiên để đảm bảo bột không nở quá mức và chạm vào nắp. Nhấn khởi động và để máy chạy trong 60 giây để nhào bột.

c) Nhấn xóa/dừng lại. Lấy bột ra và để bột nghỉ 5 phút trước khi tạo hình bằng tay.

KỸ THUẬT TẠO HÌNH TAY:

d) Rắc tay bằng bột mì. Dùng đầu ngón tay trải đều bột vào chảo nướng có phết dầu nhẹ 13-X 9-X 1 inch. Che lại bằng một miếng vải nhà bếp sạch.

e) Để tăng cho đến khi cao gấp đôi, khoảng 30 đến 60 phút.

f) Làm nóng lò ở nhiệt độ 400F.

g) Dùng đầu ngón tay tạo những vết lõm nhẹ trên bề mặt khối bột nổi. Quét dầu ô liu nguyên chất và rắc muối thô và hạt tiêu đen.

h) Nướng ở giá dưới cùng của lò trong khoảng 30 đến 35 phút hoặc cho đến khi có màu vàng nâu. Để nguội trong chảo.

i) Cắt thành mười hai miếng bằng nhau và phục vụ ở nhiệt độ phòng.

70.Focaccia Di Mele

THÀNH PHẦN:

BỘT:
- 1 quả táo nhỏ, bỏ lõi và cắt làm tư
- 2 chén bột mì trắng chưa tẩy trắng
- ¼ thìa cà phê quế
- 1 thìa đường hoặc 2 thìa mật ong
- 1 ít men nở nhanh
- ¼ thìa cà phê muối
- ⅓ đến ½ cốc nước nóng
- ⅓ cốc nho khô

ĐỔ ĐẦY:
- 4 quả táo vừa
- Nước cốt của ½ quả chanh
- Nhúm tiêu trắng
- Véo Đinh hương
- Nhúm bạch đậu khấu
- Nhúm hạt nhục đậu khấu
- Nhúm gừng xay
- 1 muỗng cà phê chiết xuất vani
- ⅓ Cốc đường hoặc mật ong
- ½ chén đường nâu hoặc
- 2 thìa mật đường
- 1 thìa cà phê bột bắp

KEM PHỦ LÊN BÁNH:
- 2 muỗng canh mứt mơ hoặc bảo quản
- 1 thìa cà phê nước

HƯỚNG DẪN:

BỘT:

a) Xử lý táo cắt tư trong máy xay thực phẩm trong khoảng 20 giây; chuyển sang một bát riêng.

b) Thêm 2 chén bột mì, quế, đường hoặc mật ong, men và muối nếu muốn vào máy xay thực phẩm; xử lý 5 giây. Thêm táo đã chế biến; xử lý thêm 5 giây.

c) Khi bộ xử lý đang chạy, thêm dần ⅓ Cốc nước nóng qua ống nạp. Dừng máy và để bột nghỉ khoảng 20 giây. Tiếp tục chế biến và thêm nước dần dần qua ống nạp cho đến khi bột tạo thành một khối mềm và các thành bát sạch. Xung 2 hoặc 3 lần nữa.

d) Rắc nho khô và 1 thìa bột mì lên bề mặt sạch. Lật bột lên bề mặt và nhào trong khoảng 1 phút để nho khô quyện vào nhau. Thêm bột mì nếu bột rất dính.

e) Nhẹ bột bên trong túi nhựa. Cho bột vào túi, đậy kín và để yên trong 15 đến 20 phút ở nơi tối, ấm áp.

f) Cán bột thành hình tròn có đường kính từ 12 đến 14 inch. Đặt trong chảo dầu hoặc một món nướng.

g) Che lại bằng khăn bếp và đặt ở nơi ấm áp trong khi chuẩn bị làm nhân.

h) Làm nóng lò ở 400 độ.

ĐỔ ĐẦY:

i) Cắt lõi và cắt lát táo mỏng. Rưới nước cốt chanh lên các lát táo. Thêm các thành phần làm đầy còn lại và trộn đều.

j) Đổ đầy thìa vào bột. Nướng trong 20 phút, sau đó xoay chảo 180 độ. Giảm nhiệt độ lò xuống 375 độ và nướng thêm 20 phút hoặc cho đến khi táo chín vàng. Làm nguội trong chảo trong 5 phút. Lấy ra khỏi chảo và để nguội hoàn toàn trên giá lưới.

KEM PHỦ LÊN BÁNH:

k) Trong một cái chảo nhỏ, làm tan chảy mứt hoặc chất bảo quản. Thêm nước vào, đun sôi, khuấy mạnh. Quét men lên táo và thưởng thức.

71. bệnh tâm thần phân liệt

THÀNH PHẦN:
- 4 chén bột mì
- 2 muỗng cà phê men ăn liền
- 2 thìa cà phê muối
- 1 ½ cốc nước ấm
- Dầu ôliu siêu nguyên chất
- Muối biển thô
- Tùy chọn: Hương thảo tươi hoặc các loại thảo mộc khác

HƯỚNG DẪN:

a) Trong một tô trộn lớn, trộn bột mì, men ăn liền và muối. Trộn đều.

b) Dần dần thêm nước ấm vào nguyên liệu khô, khuấy bằng thìa hoặc tay cho đến khi tạo thành bột dính.

c) Chuyển khối bột lên mặt phẳng đã rắc chút bột mì rồi nhào khoảng 5 phút cho đến khi khối bột trở nên mịn và đàn hồi.

d) Đặt khối bột đã nhào vào tô có thoa một ít dầu, phủ khăn bếp sạch lên và để bột nở ở nơi ấm áp trong khoảng 1-2 giờ hoặc cho đến khi bột nở gấp đôi.

e) Sau khi bột đã nổi lên, nhẹ nhàng xì hơi và chuyển bột vào khay nướng có lót giấy da.

f) Dùng tay ấn và kéo căng miếng bột cho vừa với khay nướng, tạo thành hình chữ nhật hoặc hình bầu dục. Bột phải dày khoảng ½ inch.

g) Rưới dầu ô liu lên bề mặt bột, dùng tay dàn đều.

h) Rắc muối biển thô lên trên, ấn nhẹ vào bột.

i) Tùy chọn: Nếu muốn, rải lá hương thảo tươi hoặc các loại thảo mộc khác lên bề mặt của cây tâm thần phân liệt.

j) Đậy khay nướng bằng khăn bếp và để bột nở thêm 30 phút nữa.

k) Làm nóng lò ở nhiệt độ 220°C (425°F).

l) Sau khi bột đã nổi lên, đặt khay nướng vào lò đã làm nóng trước và nướng trong khoảng 15-20 phút hoặc cho đến khi bánh schacciata chuyển sang màu nâu vàng và giòn ở các cạnh.

m) Lấy schiacciata ra khỏi lò và để nguội một chút trên giá lưới trước khi cắt và phục vụ.

72. Pane Di Altamura

THÀNH PHẦN:
- 4 chén bột mì cứng (Semola di grano duro rimacinata)
- 1 ½ cốc nước ấm
- 2 thìa cà phê muối
- 1 thìa cà phê đường
- 2 thìa cà phê men tươi (hoặc 1 thìa cà phê men tươi)
- Dầu ô liu nguyên chất (để bôi trơn)

HƯỚNG DẪN:

a) Trong một tô trộn lớn, trộn bột mì cứng, muối và đường. Trộn đều.

b) Hòa tan men tươi trong nước ấm (hoặc làm theo hướng dẫn nếu sử dụng men tức thì) và để yên trong vài phút cho đến khi nổi bọt.

c) Tạo một cái giếng ở giữa hỗn hợp bột và đổ hỗn hợp men vào đó.

d) Trộn dần các nguyên liệu lại với nhau bằng thìa hoặc tay cho đến khi tạo thành một khối bột dính.

e) Chuyển bột lên một bề mặt đã rắc chút bột mì và nhào trong khoảng 10 phút cho đến khi bột mịn và đàn hồi.

f) Nặn bột thành một quả bóng tròn và đặt vào một cái tô có thoa một ít dầu. Đậy bát bằng khăn bếp sạch và để ở nơi ấm áp trong khoảng 2-3 giờ hoặc cho đến khi kích thước tăng gấp đôi.

g) Sau khi bột đã nổi lên, nhẹ nhàng xì hơi và chuyển bột lên khay nướng có lót giấy da.

h) Nặn bột thành một ổ bánh hình tròn hoặc hình bầu dục, tạo bề mặt mịn.

i) Dùng dao sắc hoặc lưỡi dao lam rạch một đường chéo hoặc hình chữ thập lên mặt trên của ổ bánh.

j) Đậy ổ bánh bằng một chiếc khăn bếp sạch và để bánh nở thêm 1-2 giờ nữa hoặc cho đến khi bánh nở ra rõ rệt.

k) Làm nóng lò ở nhiệt độ 220°C (425°F).

l) Sau khi bánh đã nở, cho vào lò nướng đã làm nóng trước và nướng trong khoảng 40-45 phút hoặc cho đến khi bánh có lớp vỏ màu nâu vàng và nghe có vẻ rỗng khi gõ vào đáy.

m) Lấy Pane di Altamura ra khỏi lò và để nguội trên giá lưới trước khi cắt và phục vụ.

73.Cửa sổ Casareccio

THÀNH PHẦN:
- 4 chén bột mì
- 2 muỗng cà phê men ăn liền
- 2 thìa cà phê muối
- 1 ½ cốc nước ấm
- Dầu ô liu nguyên chất (để bôi trơn)

HƯỚNG DẪN:

a) Trong một tô trộn lớn, trộn bột mì, men ăn liền và muối. Trộn đều.

b) Dần dần thêm nước ấm vào các nguyên liệu khô, khuấy bằng thìa hoặc tay cho đến khi tạo thành bột.

c) Chuyển bột lên một bề mặt đã rắc chút bột mì và nhào trong khoảng 10 phút cho đến khi bột mịn và đàn hồi.

d) Nặn bột thành một quả bóng tròn và đặt vào một cái tô có thoa một ít dầu. Đậy bát bằng khăn bếp sạch và để ở nơi ấm áp trong khoảng 1-2 giờ hoặc cho đến khi kích thước tăng gấp đôi.

e) Sau khi bột đã nổi lên, nhẹ nhàng xì hơi và chuyển bột lên khay nướng có lót giấy da.

f) Nặn bột thành một ổ bánh hình tròn hoặc hình bầu dục để tạo vẻ mộc mạc. Bạn cũng có thể chia bột thành những phần nhỏ hơn để làm những chiếc bánh có kích cỡ riêng.

g) Đậy ổ bánh bằng một chiếc khăn bếp sạch và để bánh nở thêm 1-2 giờ nữa hoặc cho đến khi bánh nở ra rõ rệt.

h) Làm nóng lò ở nhiệt độ 220°C (425°F).

i) Tùy chọn: Trước khi nướng, dùng dao sắc hoặc lưỡi dao cạo khía nhẹ lên mặt bánh để tạo hoa văn trang trí.

j) Đặt khay nướng có ổ bánh mì vào lò nướng đã làm nóng trước và nướng trong khoảng 30-35 phút hoặc cho đến khi bánh mì có lớp vỏ màu nâu vàng và nghe có vẻ rỗng khi gõ vào đáy.

k) Lấy Pane Casareccio ra khỏi lò và để nguội trên giá lưới trước khi cắt và phục vụ.

74.ngăn Toscano

THÀNH PHẦN:
- 4 chén bột mì
- 2 muỗng cà phê men ăn liền
- 1 ½ cốc nước ấm
- Dầu ô liu nguyên chất (để bôi trơn)

HƯỚNG DẪN:

a) Trong một tô trộn lớn, trộn bột mì và men tức thì. Trộn đều.

b) Dần dần thêm nước ấm vào nguyên liệu khô, khuấy bằng thìa hoặc tay cho đến khi tạo thành bột dính.

c) Chuyển bột lên một bề mặt đã rắc chút bột mì và nhào trong khoảng 10 phút cho đến khi bột mịn và đàn hồi.

d) Nặn bột thành một quả bóng tròn và đặt vào một cái tô có thoa một ít dầu. Đậy bát bằng khăn bếp sạch và để ở nơi ấm áp trong khoảng 1-2 giờ hoặc cho đến khi kích thước tăng gấp đôi.

e) Sau khi bột đã nổi lên, nhẹ nhàng xì hơi và chuyển bột lên khay nướng có lót giấy da.

f) Nặn bột thành một ổ bánh hình tròn hoặc hình bầu dục để tạo vẻ mộc mạc.

g) Đậy ổ bánh bằng một chiếc khăn bếp sạch và để bánh nở thêm 1-2 giờ nữa hoặc cho đến khi bánh nở ra rõ rệt.

h) Làm nóng lò ở nhiệt độ 220°C (425°F).

i) Tùy chọn: Trước khi nướng, dùng dao sắc hoặc lưỡi dao cạo khía nhẹ lên mặt bánh để tạo hoa văn trang trí.

j) Đặt khay nướng có ổ bánh mì vào lò nướng đã làm nóng trước và nướng trong khoảng 30-35 phút hoặc cho đến khi bánh mì có lớp vỏ màu nâu vàng và nghe có vẻ rỗng khi gõ vào đáy.

k) Lấy Pane Toscano ra khỏi lò và để nguội trên giá lưới trước khi cắt và phục vụ.

75.Pane Di Semola

THÀNH PHẦN:
- 4 chén bột báng
- 2 muỗng cà phê men ăn liền
- 2 thìa cà phê muối
- 1 ½ cốc nước ấm
- Dầu ô liu nguyên chất (để bôi trơn)

HƯỚNG DẪN:

a)   Trong một tô trộn lớn, trộn bột semolina, men ăn liền và muối. Trộn đều.

b)   Dần dần thêm nước ấm vào nguyên liệu khô, khuấy bằng thìa hoặc tay cho đến khi tạo thành bột dính.

c)   Chuyển bột lên một bề mặt đã rắc chút bột mì và nhào trong khoảng 10 phút cho đến khi bột mịn và đàn hồi.

d)   Nặn bột thành một quả bóng tròn và đặt vào một cái tô có thoa một ít dầu. Đậy bát bằng khăn bếp sạch và để ở nơi ấm áp trong khoảng 1-2 giờ hoặc cho đến khi kích thước tăng gấp đôi.

e)   Sau khi bột đã nổi lên, nhẹ nhàng xì hơi và chuyển bột lên khay nướng có lót giấy da.

f)   Nặn bột thành một ổ bánh hình tròn hoặc hình bầu dục để tạo vẻ mộc mạc.

g)   Đậy ổ bánh bằng một chiếc khăn bếp sạch và để bánh nở thêm 1-2 giờ nữa hoặc cho đến khi bánh nở ra rõ rệt.

h)   Làm nóng lò ở nhiệt độ 220°C (425°F).

i)   Tùy chọn: Trước khi nướng, dùng dao sắc hoặc lưỡi dao cạo khía nhẹ lên mặt bánh để tạo hoa văn trang trí.

j)   Đặt khay nướng có ổ bánh mì vào lò nướng đã làm nóng trước và nướng trong khoảng 30-35 phút hoặc cho đến khi bánh mì có lớp vỏ màu nâu vàng và nghe có vẻ rỗng khi gõ vào đáy.

k)   Lấy Pane di Semola ra khỏi lò và để nguội trên giá lưới trước khi cắt và phục vụ.

76.Pane Al Pomodoro

THÀNH PHẦN:
- 4 chén bột mì
- 2 muỗng cà phê men ăn liền
- 2 thìa cà phê muối
- 250ml (1 cốc) nước ấm
- 2 muỗng cà chua dán hoặc cà chua xay nhuyễn
- 2 muỗng canh dầu ô liu nguyên chất
- Các loại thảo mộc khô như lá oregano, húng quế hoặc húng tây (tùy chọn)

HƯỚNG DẪN:

a) Trong một tô trộn lớn, trộn bột mì, men ăn liền và muối. Trộn đều.

b) Trong một bát riêng, hòa tan bột cà chua hoặc cà chua xay nhuyễn trong nước ấm cho đến khi hòa quyện.

c) Thêm hỗn hợp cà chua-nước và dầu ô liu vào nguyên liệu khô. Trộn bằng thìa gỗ hoặc máy trộn đứng có móc bột cho đến khi tạo thành khối bột dính.

d) Chuyển bột lên một bề mặt đã rắc chút bột mì và nhào trong khoảng 10 phút cho đến khi bột mịn và đàn hồi.

e) Đặt khối bột vào một cái bát đã phết một ít dầu, phủ khăn bếp sạch lên và để bột nở ở nơi ấm áp trong khoảng 1-2 giờ hoặc cho đến khi khối bột nở gấp đôi.

f) Sau khi bột đã nổi lên, nhẹ nhàng xì hơi và chuyển bột lên khay nướng có lót giấy da.

g) Nặn bột thành một ổ bánh hình tròn hoặc hình bầu dục để tạo vẻ mộc mạc.

h) Đậy ổ bánh bằng một chiếc khăn bếp sạch và để bánh nở thêm 1-2 giờ nữa hoặc cho đến khi bánh nở ra rõ rệt.

i) Làm nóng lò ở nhiệt độ 220°C (425°F).

j) Tùy chọn: Trước khi nướng, phết dầu ô liu lên mặt bánh và rắc các loại thảo mộc khô lên trên để tăng thêm hương vị.

k) Đặt khay nướng có ổ bánh mì vào lò nướng đã làm nóng trước và nướng trong khoảng 30-35 phút hoặc cho đến khi bánh mì có lớp vỏ màu nâu vàng và nghe có vẻ rỗng khi gõ vào đáy.

l) Lấy Pane al Pomodoro ra khỏi lò và để nguội trên giá lưới trước khi cắt và phục vụ.

77.Pane Alle Olive

THÀNH PHẦN:
- 4 chén bột mì
- 2 muỗng cà phê men ăn liền
- 2 thìa cà phê muối
- 300ml (1 ¼ cốc) nước ấm
- 100g (¾ cốc) ô liu đen hoặc xanh bỏ hạt, cắt nhỏ hoặc thái lát
- 2 muỗng canh dầu ô liu nguyên chất

HƯỚNG DẪN:
a) Trong một tô trộn lớn, trộn bột mì, men ăn liền và muối. Trộn đều.

b) Dần dần thêm nước ấm vào nguyên liệu khô, khuấy bằng thìa hoặc tay cho đến khi tạo thành bột dính.

c) Thêm ô liu cắt nhỏ hoặc thái lát vào bột và nhào trong vài phút cho đến khi chúng được phân bố đều.

d) Chuyển khối bột lên một mặt phẳng đã rắc chút bột mì và tiếp tục nhào trong khoảng 10 phút cho đến khi bột mịn và đàn hồi.

e) Đặt khối bột vào một cái bát đã phết một ít dầu, phủ khăn bếp sạch lên và để bột nở ở nơi ấm áp trong khoảng 1-2 giờ hoặc cho đến khi khối bột nở gấp đôi.

f) Sau khi bột đã nổi lên, nhẹ nhàng xì hơi và chuyển bột lên khay nướng có lót giấy da.

g) Tạo hình bột thành một ổ bánh tròn hoặc hình bầu dục, hoặc bạn có thể tạo hình "ciabatta" truyền thống bằng cách ấn dẹt miếng bột và kéo dài nó ra.

h) Đậy ổ bánh bằng một chiếc khăn bếp sạch và để bánh nở thêm 1-2 giờ nữa hoặc cho đến khi bánh nở ra rõ rệt.

i) Làm nóng lò ở nhiệt độ 220°C (425°F).

j) Rưới dầu ô liu nguyên chất lên trên ổ bánh mì.

k) Đặt khay nướng có ổ bánh mì vào lò nướng đã làm nóng trước và nướng trong khoảng 30-35 phút hoặc cho đến khi bánh mì có lớp vỏ màu nâu vàng và nghe có vẻ rỗng khi gõ vào đáy.

l) Lấy Pane alle Olive ra khỏi lò và để nguội trên giá lưới trước khi cắt và phục vụ.

78.Pane Alle Noci

THÀNH PHẦN:
- 4 chén bột mì
- 2 muỗng cà phê men ăn liền
- 2 thìa cà phê muối
- 300ml (1 ¼ cốc) nước ấm
- 100g (1 cốc) quả óc chó, cắt nhỏ
- 2 muỗng canh dầu ô liu nguyên chất

HƯỚNG DẪN:
a) Trong một tô trộn lớn, trộn bột mì, men ăn liền và muối. Trộn đều.
b) Dần dần thêm nước ấm vào nguyên liệu khô, khuấy bằng thìa hoặc tay cho đến khi tạo thành bột dính.
c) Thêm quả óc chó cắt nhỏ vào bột và nhào trong vài phút cho đến khi chúng được phân bố đều.
d) Chuyển khối bột lên một mặt phẳng đã rắc chút bột mì và tiếp tục nhào trong khoảng 10 phút cho đến khi bột mịn và đàn hồi.
e) Đặt khối bột vào một cái bát đã phết một ít dầu, phủ khăn bếp sạch lên và để bột nở ở nơi ấm áp trong khoảng 1-2 giờ hoặc cho đến khi khối bột nở gấp đôi.
f) Sau khi bột đã nổi lên, nhẹ nhàng xì hơi và chuyển bột lên khay nướng có lót giấy da.
g) Nặn bột thành một ổ bánh hình tròn hoặc hình bầu dục.
h) Đậy ổ bánh bằng một chiếc khăn bếp sạch và để bánh nở thêm 1-2 giờ nữa hoặc cho đến khi bánh nở ra rõ rệt.
i) Làm nóng lò ở nhiệt độ 220°C (425°F).
j) Rưới dầu ô liu nguyên chất lên trên ổ bánh mì.
k) Đặt khay nướng có ổ bánh mì vào lò nướng đã làm nóng trước và nướng trong khoảng 30-35 phút hoặc cho đến khi bánh mì có lớp vỏ màu nâu vàng và nghe có vẻ rỗng khi gõ vào đáy.
l) Lấy Pane alle Noci ra khỏi lò và để nguội trên giá lưới trước khi cắt và phục vụ.

79. Pane Alle Erbe

THÀNH PHẦN:
- 4 chén bột mì
- 2 muỗng cà phê men ăn liền
- 2 thìa cà phê muối
- 300ml (1 ¼ cốc) nước ấm
- 2 muỗng canh dầu ô liu nguyên chất
- 2 muỗng canh hỗn hợp các loại thảo mộc tươi (như hương thảo, húng tây, húng quế, lá oregano, rau mùi tây), thái nhỏ

HƯỚNG DẪN:
a) Trong một tô trộn lớn, trộn bột mì, men ăn liền và muối. Trộn đều.
b) Dần dần thêm nước ấm vào nguyên liệu khô, khuấy bằng thìa hoặc tay cho đến khi tạo thành bột dính.
c) Thêm các loại thảo mộc tươi cắt nhỏ vào bột và nhào trong vài phút cho đến khi chúng được phân bố đều.
d) Chuyển khối bột lên một mặt phẳng đã rắc chút bột mì và tiếp tục nhào trong khoảng 10 phút cho đến khi bột mịn và đàn hồi.
e) Đặt khối bột vào một cái bát đã phết một ít dầu, phủ khăn bếp sạch lên và để bột nở ở nơi ấm áp trong khoảng 1-2 giờ hoặc cho đến khi khối bột nở gấp đôi.
f) Sau khi bột đã nổi lên, nhẹ nhàng xì hơi và chuyển bột lên khay nướng có lót giấy da.
g) Nặn bột thành một ổ bánh hình tròn hoặc hình bầu dục.
h) Đậy ổ bánh bằng một chiếc khăn bếp sạch và để bánh nở thêm 1-2 giờ nữa hoặc cho đến khi bánh nở ra rõ rệt.
i) Làm nóng lò ở nhiệt độ 220°C (425°F).
j) Rưới dầu ô liu nguyên chất lên trên ổ bánh mì.
k) Đặt khay nướng có ổ bánh mì vào lò nướng đã làm nóng trước và nướng trong khoảng 30-35 phút hoặc cho đến khi bánh mì có lớp vỏ màu nâu vàng và nghe có vẻ rỗng khi gõ vào đáy.
l) Lấy Pane alle Erbe ra khỏi lò và để nguội trên giá lưới trước khi cắt và phục vụ.

80. Pane Di Riso

THÀNH PHẦN:
- 1 chén cơm nấu chín
- 4 chén bột mì
- 2 muỗng cà phê men ăn liền
- 2 thìa cà phê muối
- 1 cốc nước ấm
- 2 muỗng canh dầu ô liu nguyên chất

HƯỚNG DẪN:

a) Trong một tô trộn lớn, trộn bột mì, men ăn liền và muối. Trộn đều.

b) Thêm cơm đã nấu chín vào nguyên liệu khô và trộn để phân bố đều.

c) Dần dần thêm nước ấm vào hỗn hợp, khuấy bằng thìa hoặc tay cho đến khi tạo thành bột dính.

d) Chuyển bột lên một bề mặt đã rắc chút bột mì và nhào trong khoảng 10 phút cho đến khi bột mịn và đàn hồi.

e) Đặt khối bột vào một cái bát đã phết một ít dầu, phủ khăn bếp sạch lên và để bột nở ở nơi ấm áp trong khoảng 1-2 giờ hoặc cho đến khi khối bột nở gấp đôi.

f) Sau khi bột đã nổi lên, nhẹ nhàng xì hơi và chuyển bột lên khay nướng có lót giấy da.

g) Nặn bột thành một ổ bánh hình tròn hoặc hình bầu dục.

h) Đậy ổ bánh bằng một chiếc khăn bếp sạch và để bánh nở thêm 1-2 giờ nữa hoặc cho đến khi bánh nở ra rõ rệt.

i) Làm nóng lò ở nhiệt độ 220°C (425°F).

j) Rưới dầu ô liu nguyên chất lên trên ổ bánh mì.

k) Đặt khay nướng có ổ bánh mì vào lò nướng đã làm nóng trước và nướng trong khoảng 30-35 phút hoặc cho đến khi bánh mì có lớp vỏ màu nâu vàng và nghe có vẻ rỗng khi gõ vào đáy.

l) Lấy Pane di Riso ra khỏi lò và để nguội trên giá lưới trước khi cắt và phục vụ.

81.Pane Di Ceci

THÀNH PHẦN:
- 1½ chén bột đậu xanh
- 1 ¾ cốc nước
- 3 muỗng canh dầu ô liu nguyên chất
- 1 thìa cà phê muối
- Hương thảo tươi hoặc các loại thảo mộc khác (tùy chọn)

HƯỚNG DẪN:

a) Trong một tô trộn, trộn bột đậu xanh và nước. Đánh đều cho đến khi hỗn hợp mịn và không bị vón cục. Để bột nghỉ ít nhất 1 giờ hoặc qua đêm để bột ngậm nước.

b) Làm nóng lò ở nhiệt độ 220°C (425°F) và đặt một chảo gang lớn hoặc đĩa nướng vào lò để làm nóng.

c) Sau thời gian nghỉ, hớt hết bọt có thể hình thành trên mặt bột đậu xanh.

d) Thêm dầu ô liu và muối vào bột và đánh cho đến khi kết hợp tốt.

e) Lấy chảo hoặc đĩa nướng đã làm nóng ra khỏi lò và cẩn thận đổ bột vào đó, dàn đều.

f) Nếu muốn, rắc hương thảo tươi hoặc các loại thảo mộc khác lên trên mặt bột.

g) Đặt chảo hoặc đĩa nướng trở lại lò và nướng trong khoảng 20-25 phút hoặc cho đến khi các cạnh giòn và có màu vàng nâu.

h) Lấy Pane di Ceci ra khỏi lò và để nguội trong vài phút trước khi cắt thành miếng nêm hoặc hình vuông.

i) Phục vụ ấm hoặc ở nhiệt độ phòng như một món ăn phụ, món khai vị hoặc bữa ăn nhẹ.

82.Pane Di Patate

THÀNH PHẦN:
- 2 ¼ chén bột mì
- 1½ chén khoai tây nấu chín và nghiền
- 2 muỗng cà phê men ăn liền
- 2 thìa cà phê muối
- 2 muỗng canh dầu ô liu nguyên chất
- ⅔ cốc nước ấm

HƯỚNG DẪN:
a) Trong một tô trộn lớn, trộn bột mì, men ăn liền và muối. Trộn đều.
b) Thêm khoai tây nghiền vào nguyên liệu khô và trộn cho đến khi hòa quyện.
c) Dần dần thêm nước ấm và dầu ô liu vào hỗn hợp, khuấy bằng thìa hoặc tay cho đến khi tạo thành một khối bột dính.
d) Chuyển bột lên một bề mặt đã rắc chút bột mì và nhào trong khoảng 10 phút cho đến khi bột mịn và đàn hồi.
e) Đặt khối bột vào một cái bát đã phết một ít dầu, phủ khăn bếp sạch lên và để bột nở ở nơi ấm áp trong khoảng 1-2 giờ hoặc cho đến khi khối bột nở gấp đôi.
f) Sau khi bột đã nổi lên, nhẹ nhàng xì hơi và chuyển bột lên khay nướng có lót giấy da.
g) Nặn bột thành một ổ bánh hình tròn hoặc hình bầu dục.
h) Đậy ổ bánh bằng một chiếc khăn bếp sạch và để bánh nở thêm 1-2 giờ nữa hoặc cho đến khi bánh nở ra rõ rệt.
i) Làm nóng lò ở nhiệt độ 220°C (425°F).
j) Dùng dao sắc rạch lên mặt bánh, tạo vài đường rạch.
k) Đặt khay nướng có ổ bánh mì vào lò nướng đã làm nóng trước và nướng trong khoảng 30-35 phút hoặc cho đến khi bánh mì có lớp vỏ màu nâu vàng và nghe có vẻ rỗng khi gõ vào đáy.
l) Lấy Pane di Patate ra khỏi lò và để nguội trên giá lưới trước khi cắt và phục vụ.

83. Taralli

THÀNH PHẦN:
- 4 chén bột mì đa dụng
- 2 thìa cà phê muối
- 2 thìa cà phê đường
- 2 thìa cà phê bột nở
- 120ml (½ cốc) rượu trắng
- 120ml (½ cốc) dầu ô liu nguyên chất
- Nước (khi cần thiết)
- Hương liệu tùy chọn: hạt thì là, hạt tiêu đen, ớt bột, v.v.

HƯỚNG DẪN:

a) Trong một tô trộn lớn, trộn bột mì, muối, đường và bột nở. Trộn đều.

b) Thêm rượu vang trắng và dầu ô liu vào nguyên liệu khô. Trộn cho đến khi các thành phần bắt đầu hòa quyện với nhau.

c) Dần dần thêm nước, mỗi lần một ít, đồng thời nhào bột bằng tay cho đến khi thu được một khối bột mịn và hơi cứng. Lượng nước cần thiết có thể thay đổi tùy thuộc vào độ ẩm môi trường của bạn.

d) Nếu muốn, hãy thêm các hương liệu như hạt thì là, hạt tiêu đen hoặc ớt bột vào bột. Nhào bột thêm vài lần nữa cho bột thấm đều.

e) Chia bột thành các phần nhỏ hơn và cuộn từng phần thành một sợi dây mỏng, đường kính khoảng 1 cm (0,4 inch).

f) Cắt dây thành từng đoạn nhỏ, dài khoảng 7-10 cm (2,8-4 inch).

g) Lấy từng mảnh và nối các đầu lại với nhau, tạo thành hình chiếc nhẫn.

h) Làm nóng lò ở nhiệt độ 180°C (350°F).

i) Mang một nồi nước lớn để đun sôi. Thêm một nắm muối vào nước sôi.

j) Cẩn thận thả từng ít Taralli vào nước sôi và nấu trong khoảng 1-2 phút hoặc cho đến khi chúng nổi lên mặt nước.

k) Dùng thìa có rãnh hoặc thìa hớt bọt, vớt Taralli đã luộc ra khỏi nước và chuyển chúng vào khay nướng có lót giấy da.

l) Đặt Taralli vào lò làm nóng trước và nướng trong khoảng 25-30 phút hoặc cho đến khi chúng chuyển sang màu nâu vàng và giòn.

m) Lấy Taralli ra khỏi lò và để nguội hoàn toàn trước khi dùng.

BÁNH MÌ THỔ NHĨ KỲ

84. Simit

THÀNH PHẦN:
- 4 chén bột mì đa dụng
- 1 muỗng canh men khô hoạt tính
- 1 thìa đường
- 1 thìa cà phê muối
- 1 muỗng canh dầu thực vật
- 1 ½ cốc nước ấm
- ½ chén mật đường (để ngâm)
- 1 chén hạt vừng (để phủ)

HƯỚNG DẪN:

a) Trong một bát nhỏ, trộn nước ấm, đường và men. Để yên trong khoảng 5 phút cho đến khi nó nổi bọt.

b) Trong một tô trộn lớn, trộn bột mì và muối. Tạo một cái giếng ở giữa và đổ hỗn hợp men và dầu thực vật vào. Trộn bằng thìa gỗ hoặc tay cho đến khi tạo thành khối bột thô.

c) Chuyển bột sang bề mặt đã rắc bột mì và nhào khoảng 8-10 phút cho đến khi bột mịn và đàn hồi. Nếu bột quá dính, bạn có thể cho thêm một ít bột mì.

d) Đặt bột vào một cái bát đã phết dầu mỡ và phủ nó bằng một miếng vải ẩm. Để nó nở ở nơi ấm áp trong khoảng 1-2 giờ cho đến khi nó nở gấp đôi.

e) Làm nóng lò nướng của bạn ở nhiệt độ 425°F (220°C). Dòng một tấm nướng bánh bằng giấy giấy da.

f) Đấm bột đã nổi lên và chia thành các phần nhỏ hơn, có kích thước bằng quả bóng tennis. Lấy từng phần và cuộn thành một sợi dây mỏng, dài khoảng 18 inch.

g) Nặn sợi dây thành hình tròn, chồng nhẹ hai đầu và xoắn chúng lại với nhau để bịt kín. Lặp lại với các phần bột còn lại.

h) Đổ mật vào một cái bát nông. Nhúng từng simit vào mật đường, đảm bảo nó được phủ đều.

i) Trải hạt vừng ra đĩa phẳng. Lăn simit đã phủ mật đường vào hạt vừng, ấn nhẹ để chúng dính vào bột.

j) Đặt sim đã tráng lên khay nướng đã chuẩn bị sẵn. Để chúng nghỉ ngơi trong khoảng 10-15 phút.

k) Nướng simit trong lò làm nóng trước khoảng 15-20 phút hoặc cho đến khi chúng chuyển sang màu nâu vàng.

l) Lấy ra khỏi lò và để chúng nguội trên giá lưới.

85.Ekmek

THÀNH PHẦN:
- 4 chén bột mì
- 2 muỗng cà phê men ăn liền
- 2 thìa cà phê muối
- 2 cốc nước ấm

HƯỚNG DẪN:

a) Trong một tô trộn lớn, trộn bột mì, men ăn liền và muối.

b) Dần dần thêm nước ấm vào trong khi trộn bằng thìa gỗ hoặc tay. Tiếp tục trộn cho đến khi bột bắt đầu kết dính lại với nhau.

c) Chuyển bột lên bề mặt đã rắc bột mì và nhào khoảng 10-15 phút cho đến khi bột mịn và đàn hồi. Nếu bột quá dính, bạn có thể cho thêm một ít bột mì trong quá trình nhào.

d) Đặt khối bột đã nhào trở lại vào tô trộn và dùng khăn ẩm đậy lại. Để nó nở ở nơi ấm áp trong khoảng 1-2 giờ hoặc cho đến khi nó nở gấp đôi.

e) Làm nóng lò nướng của bạn ở nhiệt độ 450°F (230°C). Nếu bạn có đá nướng hoặc khay nướng, hãy đặt chúng vào lò nướng để làm nóng trước.

f) Khi bột đã nổi lên, bạn ấn nhẹ xuống để loại bỏ bọt khí. Chuyển bột lên bề mặt đã rắc bột mì và định hình thành ổ bánh hình tròn hoặc hình bầu dục.

g) Đặt bột đã tạo hình lên khay nướng hoặc đá nướng đã được làm nóng trước. Dùng dao sắc rạch vài đường chéo trên mặt bánh.

h) Nướng ekmek trong lò làm nóng trước khoảng 20-25 phút hoặc cho đến khi nó chuyển sang màu nâu vàng và nghe có vẻ rỗng khi gõ vào đáy.

i) Lấy ekmek ra khỏi lò và để nguội trên giá lưới trước khi cắt và phục vụ.

86. Lahmacun

THÀNH PHẦN:
ĐỐI VỚI BỘT:
- 2 ½ chén bột mì đa dụng
- 1 thìa cà phê muối
- 1 thìa cà phê men instant
- 1 thìa cà phê đường
- 1 muỗng canh dầu ô liu
- ¾ cốc nước ấm

ĐỐI VỚI TOPPING:
- ½ pound thịt cừu hoặc thịt bò xay
- 1 củ hành tây, thái nhỏ
- 2 quả cà chua, thái nhỏ
- 1 quả ớt chuông đỏ, thái nhỏ
- 3 tép tỏi, băm nhỏ
- 2 muỗng canh bột cà chua
- 2 muỗng canh dầu ô liu
- 2 thìa nước cốt chanh
- 2 thìa cà phê thì là xay
- 1 thìa cà phê ớt bột
- 1 thìa cà phê lá oregano khô
- Muối và hạt tiêu cho vừa ăn

HƯỚNG DẪN:

a) Trong một tô trộn, trộn bột mì, muối, men tức thời và đường. Thêm dầu ô liu và nước ấm. Trộn đều cho đến khi bột quyện lại với nhau.

b) Chuyển bột lên bề mặt đã rắc bột mì và nhào khoảng 5 - 7 phút cho đến khi bột mịn và đàn hồi. Cho bột trở lại tô, dùng khăn ẩm đậy lại và để bột nghỉ khoảng 30 phút.

c) Trong khi đó, chuẩn bị hỗn hợp topping. Trong một bát riêng, trộn thịt cừu hoặc thịt bò xay, hành tây thái nhỏ, cà chua, ớt chuông đỏ, tỏi băm, bột cà chua, dầu ô liu, nước cốt chanh, thì là xay, ớt bột, lá oregano khô, muối và tiêu. Trộn đều để kết hợp tất cả các thành phần.

d) Làm nóng lò nướng của bạn ở mức nhiệt độ cao nhất (thường là khoảng 500°F hoặc 260°C).

e) Chia bột thành những phần nhỏ hơn. Lấy từng phần một và cán thành hình tròn, mỏng, đường kính khoảng 8-10 inch. Đặt bột đã cán mỏng lên khay nướng hoặc đá pizza.

f) Trải đều một lớp mỏng hỗn hợp trên lên mặt bột, để lại một đường viền nhỏ xung quanh các cạnh.

g) Lặp lại quá trình với phần bột còn lại và hỗn hợp topping.

h) Đặt lahmacun đã chuẩn bị vào lò nướng đã làm nóng trước và nướng trong khoảng 8-10 phút hoặc cho đến khi các cạnh của bột chuyển sang màu nâu vàng và phần trên đã chín.

i) Lấy lahmacun ra khỏi lò và để nguội trong vài phút trước khi cắt lát. Theo truyền thống, nó được cuộn lại và ăn kèm với nước cốt chanh và rau mùi tây tươi.

87.bazlama

THÀNH PHẦN:
- 4 chén bột mì đa dụng
- 2 muỗng cà phê men ăn liền
- 1 thìa cà phê đường
- 1 thìa cà phê muối
- 1 ½ cốc nước ấm
- 2 muỗng canh dầu ô liu

HƯỚNG DẪN:

a) Trong một bát nhỏ, trộn nước ấm, đường và men tức thì. Để yên trong khoảng 5 phút cho đến khi nó nổi bọt.

b) Trong một tô trộn lớn, trộn bột mì và muối. Tạo một cái giếng ở giữa và đổ hỗn hợp men và dầu ô liu vào. Trộn bằng thìa gỗ hoặc tay cho đến khi tạo thành một khối bột xù xì.

c) Chuyển bột ra bề mặt đã rắc bột mì và nhào khoảng 5 - 7 phút cho đến khi bột mịn và đàn hồi. Nếu bột quá dính, bạn có thể cho thêm một ít bột mì trong quá trình nhào.

d) Đặt khối bột đã nhào trở lại vào tô trộn và dùng khăn ẩm đậy lại. Để nó nở ở nơi ấm áp trong khoảng 1-2 giờ hoặc cho đến khi nó nở gấp đôi.

e) Khi bột đã nổi lên, hãy đấm bột xuống để giải phóng bọt khí. Chia bột thành các phần có kích thước bằng nhau, tùy thuộc vào kích thước mong muốn của bazlama.

f) Lấy một phần bột và cán thành hình tròn hoặc hình bầu dục, dày khoảng ¼ inch. Lặp lại với các phần bột còn lại.

g) Đun nóng vỉ nướng hoặc chảo chống dính lớn trên lửa vừa. Đặt khối bột đã cán mỏng lên bề mặt đã được làm nóng và nướng khoảng 2-3 phút cho mỗi mặt hoặc cho đến khi bột phồng lên một chút và xuất hiện các đốm màu nâu vàng.

h) Lấy bazlama đã nấu chín ra khỏi vỉ nướng hoặc chảo và bọc nó trong một chiếc khăn bếp sạch để giữ ấm và mềm. Lặp lại quá trình với các phần bột còn lại.

88.Sırıklı Ekmek

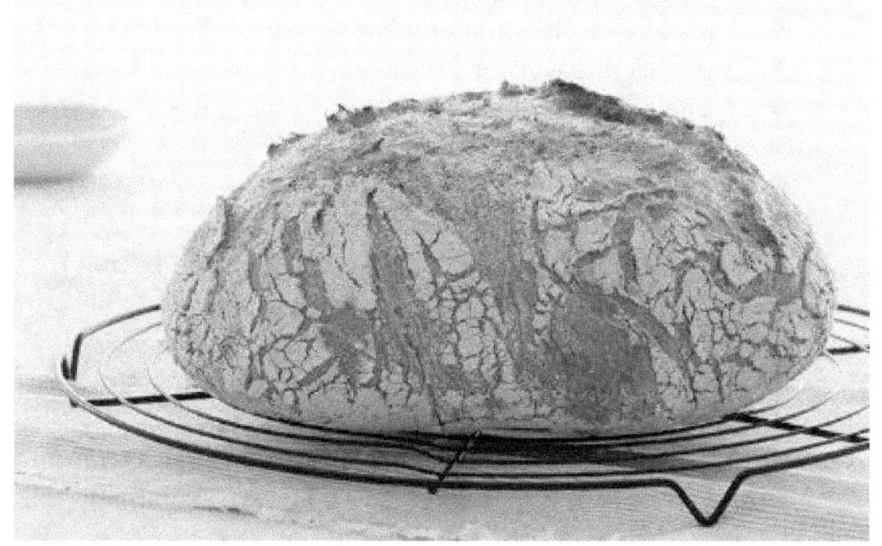

THÀNH PHẦN:
- 4 chén bột mì đa dụng
- 2 muỗng cà phê men ăn liền
- 1 thìa cà phê đường
- 1 thìa cà phê muối
- 1 ½ cốc nước ấm
- 2 muỗng canh dầu ô liu
- Hạt vừng (tuỳ thích, để phủ lên trên)
- Que xiên bằng gỗ (ngâm sẵn nước để tránh bị cháy)

HƯỚNG DẪN:

a) Trong một bát nhỏ, trộn nước ấm, đường và men tức thì. Để yên trong khoảng 5 phút cho đến khi nó nổi bọt.

b) Trong một tô trộn lớn, trộn bột mì và muối. Tạo một cái giếng ở giữa và đổ hỗn hợp men và dầu ô liu vào. Trộn bằng thìa gỗ hoặc tay cho đến khi tạo thành một khối bột xù xì.

c) Chuyển bột ra bề mặt đã rắc bột mì và nhào khoảng 5 - 7 phút cho đến khi bột mịn và đàn hồi. Nếu bột quá dính, bạn có thể cho thêm một ít bột mì trong quá trình nhào.

d) Đặt khối bột đã nhào trở lại vào tô trộn và dùng khăn ẩm đậy lại. Để nó nở ở nơi ấm áp trong khoảng 1-2 giờ hoặc cho đến khi nó nở gấp đôi.

e) Khi bột đã nổi lên, hãy đấm bột xuống để giải phóng bọt khí. Chia bột thành các phần có kích thước bằng nhau.

f) Lấy một phần bột và cán thành hình chữ nhật dài và mỏng, dày khoảng ⅛ inch.

g) Cẩn thận quấn bột đã cán xung quanh xiên gỗ đã ngâm sẵn, bắt đầu từ một đầu và xoắn ốc lên đầu kia. Ấn chặt hai đầu bột để cố định vào xiên.

h) Lặp lại quá trình với các phần bột và xiên còn lại.

i) Đun nóng bếp nướng hoặc lửa than ở nhiệt độ trung bình cao.

j) Đặt khối bột đã xiên lên vỉ nướng hoặc trên lửa than, thỉnh thoảng xoay bột để đảm bảo bột chín đều. Nướng khoảng 5-7 phút hoặc cho đến khi bánh chuyển sang màu vàng nâu và giòn.

k) Sau khi nấu chín, lấy sırıklı ekmek ra khỏi xiên và rắc hạt vừng lên bánh mì nếu muốn.

89.dung nham

THÀNH PHẦN:
- 4 chén bột mì đa dụng
- 1 thìa cà phê muối
- 1 ½ cốc nước ấm
- 2 muỗng canh dầu ô liu
- Thêm bột để quét bụi

HƯỚNG DẪN:

a) Trong một tô trộn lớn, trộn bột mì và muối, tạo một cái giếng ở giữa. Đây là nơi bạn sẽ đổ các nguyên liệu khác vào.

b) Đổ nước ấm và dầu ô liu vào giếng. Dần dần trộn các nguyên liệu ướt vào bột bằng thìa gỗ hoặc tay.

c) Tiếp tục trộn cho đến khi tạo thành một khối bột thô. Nếu cảm thấy quá khô, hãy thêm một chút nước; nếu cảm thấy quá dính, hãy rắc một ít bột mì vào.

d) Chuyển bột lên một bề mặt sạch đã rắc bột mì và bắt đầu nhào. Dùng gót bàn tay đẩy bột ra xa bạn, sau đó gập bột lại về phía bạn và lặp lại. Tiếp tục nhào khoảng 5-7 phút cho đến khi bột trở nên mịn và đàn hồi.

e) Đặt khối bột đã nhào trở lại vào tô trộn và dùng khăn ẩm đậy lại. Để bột nghỉ khoảng 30 phút, để bột giãn ra và dễ làm việc hơn.

f) Làm nóng chảo chống dính hoặc vỉ nướng trên lửa vừa.

g) Chia phần bột còn lại thành những phần nhỏ hơn. Lấy từng phần một và cán thành hình tròn, mỏng. Rắc bột nhẹ bằng bột mì khi cần thiết để chống dính.

h) Cẩn thận chuyển khối bột đã cán mỏng lên chảo hoặc vỉ nướng đã làm nóng trước. Nướng khoảng 1-2 phút mỗi mặt hoặc cho đến khi bánh phồng lên và xuất hiện các đốm nâu nhạt. Lặp lại với các phần bột còn lại.

i) Khi mỗi chiếc bánh mì lavaş được nấu chín, hãy xếp chúng lên một chiếc khăn bếp sạch để giữ ấm và mềm dẻo.

j) Phục vụ bánh mì lavaş mới nấu còn ấm, bằng cách gói nó xung quanh các loại nhân bạn chọn hoặc dùng kèm với nước chấm, thịt nướng hoặc các món ăn khác.

90. Acı Ekmeği

THÀNH PHẦN:
- 4 chén bột mì đa dụng
- 2 muỗng cà phê men ăn liền
- 1 thìa cà phê muối
- 1 thìa đường
- 1 muỗng canh thì là xay
- 1 muỗng canh ớt bột
- 1 muỗng cà phê ớt bột (điều chỉnh theo khẩu vị)
- 1 thìa cà phê lá oregano khô
- 1 thìa cà phê bột tỏi
- 1 cốc nước ấm
- 3 muỗng canh dầu ô liu
- Thêm bột để quét bụi

HƯỚNG DẪN:

a) Trong một tô trộn lớn, trộn bột mì, men ăn liền, muối, đường, thì là, ớt bột, ớt bột, lá oregano khô và bột tỏi. Trộn đều để gia vị thấm đều.

b) Tạo một cái giếng ở giữa nguyên liệu khô rồi đổ nước ấm và dầu ô liu vào.

c) Dần dần trộn các nguyên liệu ướt và khô với nhau bằng thìa gỗ hoặc tay cho đến khi tạo thành một khối bột dính.

d) Chuyển khối bột lên mặt phẳng đã rắc chút bột áo và nhào khoảng 5-7 phút cho đến khi khối bột trở nên mịn và đàn hồi. Nếu bột quá dính, bạn có thể cho thêm một ít bột mì trong quá trình nhào.

e) Đặt bột đã nhào trở lại tô trộn, đậy lại bằng khăn ẩm và để ở nơi ấm áp trong khoảng 1-2 giờ hoặc cho đến khi bột nở gấp đôi.

f) Làm nóng lò nướng của bạn ở nhiệt độ 425°F (220°C). Dòng một tấm nướng bánh bằng giấy giấy da.

g) Khi bột đã nổi lên, hãy đấm bột xuống để giải phóng bọt khí. Chuyển bột sang một bề mặt đã rắc bột mì và chia thành các phần có kích thước bằng nhau.

h) Lấy một phần bột và tạo hình thành một ổ bánh hình tròn hoặc hình bầu dục. Đặt nó lên tấm nướng đã chuẩn bị sẵn. Lặp lại với các phần bột còn lại, chừa một khoảng trống giữa mỗi ổ bánh.

i) Dùng dao sắc rạch phần trên của ổ bánh mì theo đường chéo.

j) Nướng Acı Ekmeği trong lò làm nóng trước khoảng 15-20 phút hoặc cho đến khi bánh mì có màu nâu vàng và nghe thấy tiếng rỗng khi gõ vào đáy.

k) Sau khi nướng xong, lấy bánh mì ra khỏi lò và để nguội trên giá lưới.

91.Peksimet

THÀNH PHẦN:
- Những lát bánh mì cũ
- Mật ong, xi-rô nho hoặc mật đường (tùy chọn)
- Hạt vừng hoặc quế (tùy chọn)

HƯỚNG DẪN:

a) Làm nóng lò nướng của bạn ở mức nhiệt độ thấp nhất, thường là khoảng 200°F (93°C).

b) Cắt bánh mì cũ thành từng miếng mỏng. Bạn có thể cắt chúng thành bất kỳ hình dạng nào bạn muốn, chẳng hạn như hình vuông hoặc hình chữ nhật.

c) Xếp các lát bánh mì trên khay nướng thành một lớp duy nhất, đảm bảo chúng không chồng lên nhau. Bạn có thể cần nhiều tấm nướng hoặc nướng theo mẻ, tùy thuộc vào số lượng bánh mì.

d) Đặt khay nướng vào lò đã làm nóng trước và nướng các lát bánh mì trong khoảng 2-3 giờ hoặc cho đến khi chúng khô hoàn toàn và giòn. Thời gian nướng có thể thay đổi tùy thuộc vào độ dày của bánh và độ giòn mà bạn mong muốn.

e) Sau khi các lát bánh mì khô và giòn, hãy lấy chúng ra khỏi lò và để nguội hoàn toàn.

f) Tại thời điểm này, bạn có thể thưởng thức món peksimet đơn giản hoặc bạn có thể thêm một số hương liệu nếu muốn. Để có cảm giác ngọt ngào, bạn có thể phết peksimet với mật ong, xi-rô nho hoặc mật đường khi chúng còn ấm.

g) Ngoài ra, bạn có thể rắc hạt vừng hoặc quế lên peksimet để tăng thêm hương vị.

h) Để peksimet nguội và khô hoàn toàn trước khi bảo quản trong hộp kín. Chúng sẽ trở nên giòn hơn khi nguội.

92.Cevizli Ekmek

THÀNH PHẦN:
- 4 chén bột mì đa dụng
- 2 muỗng cà phê men ăn liền
- 1 thìa cà phê muối
- 1 thìa đường
- 1 ½ cốc nước ấm
- ½ chén quả óc chó cắt nhỏ
- Thêm bột để quét bụi

HƯỚNG DẪN:

a) Trong một tô trộn lớn, trộn bột mì, men tức thời, muối và đường. Trộn đều để phân bố đều các nguyên liệu khô.

b) Tạo một cái giếng ở giữa hỗn hợp khô và đổ nước ấm vào. Khuấy hỗn hợp cho đến khi nó bắt đầu kết hợp với nhau.

c) Đổ bột ra mặt phẳng sạch đã rắc bột mì rồi nhào khoảng 5-7 phút cho đến khi bột mịn và đàn hồi.

d) Thêm bột mì nếu cần để chống dính.

e) Sau khi bột đã nhào kỹ, cho bột trở lại tô trộn. Đậy bát bằng khăn ẩm và để bột nở ở nơi ấm áp trong khoảng 1-2 giờ hoặc cho đến khi bột nở gấp đôi.

f) Làm nóng lò nướng của bạn ở nhiệt độ 425°F (220°C). Dòng một tấm nướng bánh bằng giấy giấy da.

g) Khi bột đã nổi lên, hãy đấm bột xuống để giải phóng bọt khí. Chuyển khối bột lên một bề mặt đã rắc bột mì và cán phẳng thành hình chữ nhật hoặc hình bầu dục.

h) Rắc đều quả óc chó cắt nhỏ lên bề mặt bột. Nhẹ nhàng ấn quả óc chó vào bột để chúng dính chặt.

i) Cuộn bột thật chặt từ một đầu, tạo thành hình khúc gỗ với quả óc chó bên trong. Chụm các đường nối và các đầu để bịt kín.

j) Đặt khối bột đã tạo hình lên khay nướng đã chuẩn bị sẵn. Che lại bằng một miếng vải sạch và để yên trong khoảng 15-20 phút.

k) Nướng Cevizli Ekmek trong lò làm nóng trước khoảng 25-30 phút hoặc cho đến khi bánh mì có màu nâu vàng và nghe thấy tiếng rỗng khi gõ vào đáy.

l) Sau khi nướng xong, lấy bánh mì ra khỏi lò và để nguội trên giá lưới trước khi cắt và thưởng thức.

93.Yufka

THÀNH PHẦN:
- 4 chén bột mì đa dụng
- 1 thìa cà phê muối
- 1 ½ cốc nước ấm
- 2 muỗng canh dầu ô liu
- Thêm bột để quét bụi

HƯỚNG DẪN:

a) Trong một tô trộn lớn, trộn bột mì và muối. Tạo một cái giếng ở trung tâm.

b) Đổ nước ấm và dầu ô liu vào giếng. Dần dần trộn các nguyên liệu ướt vào bột bằng thìa gỗ hoặc tay.

c) Tiếp tục trộn cho đến khi tạo thành một khối bột thô. Nếu cảm thấy quá khô, hãy thêm một chút nước; nếu cảm thấy quá dính, hãy rắc một ít bột mì vào.

d) Đổ bột ra mặt phẳng sạch đã rắc bột mì rồi nhào khoảng 5-7 phút cho đến khi bột mịn và đàn hồi.

e) Chia bột đã nhào thành những phần nhỏ hơn. Nặn từng phần thành một quả bóng và phủ chúng bằng một miếng vải ẩm. Để chúng nghỉ khoảng 15-20 phút để gluten thư giãn.

f) Sau khi nghỉ, lấy một viên bột và dùng tay ấn dẹt để tạo thành một chiếc đĩa nhỏ.

g) Phủi bột mì lên bề mặt làm việc và cán đĩa bột càng mỏng càng tốt. Xoay và lật bột thường xuyên để đảm bảo độ dày đều.

h) Sau khi cán mỏng, cẩn thận nhấc yufka lên và đặt nó lên một miếng vải hoặc khay nướng sạch, khô để khô một chút. Lặp lại quá trình với những viên bột còn lại.

i) Để yufka khô trong khoảng 10-15 phút hoặc cho đến khi chạm vào không còn dính nữa.

j) Đun nóng chảo chống dính hoặc vỉ nướng trên lửa vừa. Nấu từng chiếc yufka trong khoảng 1-2 phút mỗi mặt hoặc cho đến khi chúng xuất hiện những đốm màu nâu vàng nhạt.

k) Khi mỗi chiếc yufka được nấu chín, hãy xếp chúng lên một chiếc khăn bếp sạch để giữ ấm và mềm dẻo.

94.Pide Ekmek

THÀNH PHẦN:
- 4 chén bột mì đa dụng
- 2 muỗng cà phê men ăn liền
- 2 thìa cà phê đường
- 2 thìa cà phê muối
- 2 muỗng canh dầu ô liu
- 1 ½ cốc nước ấm
- Các loại topping tùy chọn: hạt vừng, hạt nigella hoặc các loại topping tùy thích khác

HƯỚNG DẪN:

a) Trong một bát nhỏ, trộn nước ấm, đường và men tức thì. Khuấy đều và để yên trong khoảng 5-10 phút hoặc cho đến khi hỗn hợp nổi bọt.

b) Trong một tô trộn lớn, trộn bột mì và muối. Tạo một cái giếng ở giữa và đổ hỗn hợp men và dầu ô liu vào.

c) Dần dần thêm bột vào chất lỏng, trộn bằng thìa hoặc tay cho đến khi tạo thành khối bột.

d) Chuyển bột lên bề mặt đã rắc bột mì và nhào trong khoảng 10 phút hoặc cho đến khi bột mịn và đàn hồi. Thêm bột mì nếu cần để chống dính nhưng tránh cho quá nhiều vì có thể làm bánh bị đặc.

e) Đặt khối bột vào tô đã phết một ít dầu, phủ khăn ẩm hoặc màng bọc thực phẩm lên và để bột nở ở nơi ấm áp trong khoảng 1-2 giờ hoặc cho đến khi bột nở gấp đôi.

f) Làm nóng lò nướng của bạn ở nhiệt độ 475°F (245°C) và lót khay nướng bằng giấy da.

g) Đấm bột nổi lên để giải phóng bọt khí và chia thành 4 phần bằng nhau. Nặn từng phần thành hình bầu dục thon dài, dày khoảng ½ inch (1 cm).

h) Đặt những chiếc bánh mì pide đã tạo hình lên khay nướng đã chuẩn bị sẵn. Nếu muốn, bạn có thể phết dầu ô liu lên mặt trên và rắc hạt vừng, hạt nigella hoặc bất kỳ loại phủ nào khác mà bạn muốn.

i) Nướng bánh mì pide trong lò làm nóng trước khoảng 12-15 phút hoặc cho đến khi chúng chuyển sang màu nâu vàng và có lớp vỏ nhẹ.

j) Lấy bánh mì pide ra khỏi lò và để nguội vài phút trước khi dùng.

95.Vakfıkebir Ekmeği

THÀNH PHẦN:
- 4 chén bột mì
- 2 muỗng cà phê men ăn liền
- 2 thìa cà phê đường
- 2 thìa cà phê muối
- 2 muỗng canh dầu ô liu
- 1 ½ cốc nước ấm

HƯỚNG DẪN:

a) Trong một bát nhỏ, trộn nước ấm, đường và men tức thì. Khuấy đều và để yên trong khoảng 5-10 phút hoặc cho đến khi hỗn hợp nổi bọt.

b) Trong một tô trộn lớn, trộn bột mì và muối. Tạo một cái giếng ở giữa và đổ hỗn hợp men và dầu ô liu vào.

c) Dần dần thêm bột vào chất lỏng, trộn bằng thìa hoặc tay cho đến khi tạo thành một khối bột xù xì.

d) Chuyển bột lên bề mặt đã rắc bột mì và nhào trong khoảng 10 phút hoặc cho đến khi bột mịn và đàn hồi. Thêm bột mì nếu cần để chống dính nhưng tránh cho quá nhiều vì có thể làm bánh bị đặc.

e) Đặt khối bột vào tô đã phết một ít dầu, phủ khăn ẩm hoặc màng bọc thực phẩm lên và để bột nở ở nơi ấm áp trong khoảng 1-2 giờ hoặc cho đến khi bột nở gấp đôi.

f) Làm nóng lò nướng của bạn ở nhiệt độ 425°F (220°C) và đặt đá nướng hoặc khay nướng vào lò để làm nóng trước.

g) Đấm bột nổi lên để giải phóng bọt khí và tạo hình thành ổ bánh hình tròn hoặc hình bầu dục. Đặt ổ bánh lên khay nướng có lót giấy nến.

h) Đậy bột bằng khăn ẩm và để bột nghỉ khoảng 15-20 phút.

i) Lấy miếng vải ra và dùng dao sắc hoặc dao cắt bánh mì rạch vài đường chéo lên mặt trên của ổ bánh mì.

j) Cẩn thận chuyển khay nướng có ổ bánh mì lên khay nướng hoặc khay nướng đã được làm nóng trước trong lò.

k) Nướng bánh trong khoảng 30-35 phút hoặc cho đến khi vỏ bánh chuyển sang màu nâu vàng và nghe thấy tiếng rỗng khi gõ nhẹ vào đáy.

l) Lấy bánh mì ra khỏi lò và để nguội trên giá lưới trước khi cắt và thưởng thức.

96.Karadeniz Yöresi Ekmeği

THÀNH PHẦN:
- 4 chén bột mì
- 2 muỗng cà phê men ăn liền
- 2 thìa cà phê đường
- 2 thìa cà phê muối
- 2 muỗng canh dầu ô liu hoặc dầu hướng dương
- 1 ½ cốc nước ấm

HƯỚNG DẪN:

a) Trong một bát nhỏ, trộn nước ấm, đường và men tức thì. Khuấy đều và để yên trong khoảng 5-10 phút hoặc cho đến khi hỗn hợp nổi bọt.

b) Trong một tô trộn lớn, trộn bột mì và muối. Tạo một cái giếng ở giữa và đổ hỗn hợp men và dầu ô liu vào.

c) Dần dần thêm bột vào chất lỏng, trộn bằng thìa hoặc tay cho đến khi tạo thành một khối bột xù xì.

d) Chuyển bột lên bề mặt đã rắc bột mì và nhào trong khoảng 10 phút hoặc cho đến khi bột mịn và đàn hồi. Thêm bột mì nếu cần để chống dính nhưng tránh cho quá nhiều vì có thể làm bánh bị đặc.

e) Đặt khối bột vào tô đã phết một ít dầu, phủ khăn ẩm hoặc màng bọc thực phẩm lên và để bột nở ở nơi ấm áp trong khoảng 1-2 giờ hoặc cho đến khi bột nở gấp đôi.

f) Làm nóng lò nướng của bạn ở nhiệt độ 425°F (220°C) và đặt đá nướng hoặc khay nướng vào lò để làm nóng trước.

g) Đấm bột nổi lên để giải phóng bọt khí và tạo hình thành ổ bánh hình tròn hoặc hình bầu dục. Bạn cũng có thể tạo hình nó thành món Karadeniz Yöresi Ekmeği truyền thống bằng cách chia bột thành những miếng nhỏ hơn và tạo thành những hình thon dài với các đầu thuôn nhọn.

h) Đặt khối bột đã tạo hình lên khay nướng có lót giấy da.

i) Đậy bột bằng khăn ẩm và để bột nghỉ khoảng 15-20 phút.

j) Lấy vải ra và dùng dao sắc hoặc dao quẹt bánh mì rạch vài đường chéo lên mặt trên của ổ bánh mì hoặc tạo hoa văn nếu muốn.

k) Cẩn thận chuyển khay nướng có ổ bánh mì lên khay nướng hoặc khay nướng đã được làm nóng trước trong lò.

l) Nướng bánh trong khoảng 30-35 phút hoặc cho đến khi vỏ bánh chuyển sang màu nâu vàng và nghe thấy tiếng rỗng khi gõ nhẹ vào đáy.

m) Lấy bánh mì ra khỏi lò và để nguội trên giá lưới trước khi cắt và thưởng thức.

97.Köy Ekmeği

THÀNH PHẦN:
- 4 chén bột mì
- 2 muỗng cà phê men ăn liền
- 2 thìa cà phê muối
- 2 thìa cà phê đường
- 2 cốc nước ấm

HƯỚNG DẪN:

a) Trong một bát nhỏ, trộn nước ấm, đường và men tức thì. Khuấy đều và để yên trong khoảng 5-10 phút hoặc cho đến khi hỗn hợp nổi bọt.

b) Trong một tô trộn lớn, trộn bột mì và muối. Tạo một cái giếng ở giữa và đổ hỗn hợp men vào.

c) Dần dần thêm bột vào chất lỏng, trộn bằng thìa hoặc tay cho đến khi tạo thành một khối bột xù xì.

d) Chuyển bột lên bề mặt đã rắc bột mì và nhào trong khoảng 10-15 phút hoặc cho đến khi bột mịn và đàn hồi. Thêm bột mì nếu cần để chống dính nhưng tránh cho quá nhiều vì có thể làm bánh bị đặc.

e) Đặt khối bột vào tô đã phết một ít dầu, phủ khăn ẩm hoặc màng bọc thực phẩm lên và để bột nở ở nơi ấm áp trong khoảng 1-2 giờ hoặc cho đến khi bột nở gấp đôi.

f) Làm nóng lò nướng của bạn ở nhiệt độ 450°F (230°C) và đặt đá nướng hoặc khay nướng vào lò để làm nóng trước.

g) Đấm bột nổi lên để giải phóng bọt khí và tạo hình thành ổ bánh hình tròn hoặc hình bầu dục. Bạn cũng có thể chia bột thành nhiều phần nhỏ hơn và tạo hình thành từng cuộn nếu muốn.

h) Đặt khối bột đã tạo hình lên khay nướng có lót giấy da.

i) Đậy bột bằng khăn ẩm và để bột nghỉ khoảng 15-20 phút.

j) Lấy vải ra và dùng dao sắc hoặc dao quẹt bánh mì rạch vài đường chéo lên mặt trên của ổ bánh mì hoặc tạo hoa văn nếu muốn.

k) Cẩn thận chuyển khay nướng có ổ bánh mì lên khay nướng hoặc khay nướng đã được làm nóng trước trong lò.

l) Nướng bánh trong khoảng 30-35 phút hoặc cho đến khi vỏ bánh chuyển sang màu nâu vàng và nghe thấy tiếng rỗng khi gõ nhẹ vào đáy.

m) Lấy bánh mì ra khỏi lò và để nguội trên giá lưới trước khi cắt và thưởng thức.

98.Tost Ekmeği

THÀNH PHẦN:
- 4 chén bột mì
- 2 muỗng cà phê men ăn liền
- 2 thìa cà phê đường
- 2 thìa cà phê muối
- 2 muỗng canh dầu ô liu
- 1 ½ cốc nước ấm

HƯỚNG DẪN:

a) Trong một tô trộn lớn, trộn bột mì, men tức thời, đường và muối. Trộn đều để phân bố đều các nguyên liệu khô.

b) Thêm dầu ô liu vào nguyên liệu khô và trộn đều.

c) Từ từ đổ nước ấm vào tô đồng thời khuấy đều. Tiếp tục trộn cho đến khi bột bắt đầu quyện lại với nhau.

d) Chuyển bột lên một bề mặt đã rắc chút bột mì và nhào trong khoảng 10-15 phút hoặc cho đến khi bột trở nên mịn và đàn hồi. Thêm bột mì nếu cần để chống dính nhưng tránh cho quá nhiều vì có thể làm bánh bị đặc.

e) Nặn bột thành một quả bóng và đặt lại vào tô trộn. Đậy bát bằng vải ẩm hoặc màng bọc thực phẩm và để bột nở ở nơi ấm áp trong khoảng 1-2 giờ hoặc cho đến khi bột nở gấp đôi.

f) Khi bột đã nổi lên, hãy đấm bột xuống để giải phóng bọt khí. Chuyển bột sang một bề mặt có phủ bột mì nhẹ và chia thành các phần có kích thước bằng nhau, tùy thuộc vào kích thước mong muốn của món Tost Ekmeği của bạn.

g) Nặn từng phần thành một quả bóng rồi dẹt thành hình chữ nhật, dày khoảng ½ inch (1 cm). Bạn có thể sử dụng cây lăn để đạt được hình dạng và độ dày mong muốn.

h) Đặt các miếng bột đã dẹt lên khay nướng có lót giấy da. Che chúng bằng một miếng vải và để chúng nghỉ trong khoảng 15-20 phút.

i) Làm nóng lò nướng của bạn ở nhiệt độ 400°F (200°C).

j) Nướng Tost Ekmeği trong lò làm nóng trước khoảng 15-20 phút hoặc cho đến khi chúng chuyển sang màu nâu vàng và nghe có vẻ rỗng khi gõ vào đáy.

k) Lấy bánh mì ra khỏi lò và để nguội trên giá lưới trước khi cắt và sử dụng làm bánh sandwich hoặc nướng.

99.Kaşarlı Ekmek

THÀNH PHẦN:
- 4 chén bột mì
- 2 muỗng cà phê men ăn liền
- 2 thìa cà phê đường
- 2 thìa cà phê muối
- 2 muỗng canh dầu ô liu
- 1 ½ cốc nước ấm
- 200 gram phô mai tan chảy thuần chay, bào
- Tùy chọn: hạt nigella hoặc hạt vừng để phủ lên trên

HƯỚNG DẪN:

a) Trong một tô trộn lớn, trộn bột mì, men tức thời, đường và muối. Đảm bảo sự phân bố đồng đều của các thành phần khô.
b) Thêm dầu ô liu vào hỗn hợp khô, trộn đều.
c) Từ từ đổ nước ấm vào tô đồng thời khuấy đều. Tiếp tục trộn cho đến khi bột bắt đầu kết dính lại với nhau.
d) Chuyển bột sang một bề mặt có phủ bột mì nhẹ và nhào trong vòng 10 - 15 phút hoặc cho đến khi mịn và đàn hồi. Điều chỉnh lượng bột mì nhiều hơn nếu cần, tránh lượng bột quá nhiều có thể làm cho bánh mì đặc lại.
e) Nặn bột thành một quả bóng, cho bột vào tô và dùng khăn ẩm hoặc màng bọc thực phẩm bọc lại. Để nó nở ở nơi ấm áp trong 1-2 giờ hoặc cho đến khi kích thước tăng gấp đôi.
f) Sau khi bột nở lên, hãy đấm bột xuống để giải phóng bọt khí. Chia nó thành các phần có kích thước bằng nhau, tùy thuộc vào kích cỡ bánh mì bạn mong muốn.
g) Lấy một phần, dẹt thành hình tròn hoặc hình bầu dục (dày khoảng ½ inch) và rắc phô mai thuần chay bào lên một nửa, để lại đường viền.
h) Gấp nửa còn lại lên trên miếng phô mai, ấn các mép để bịt kín.
i) Đặt bánh mì đã đầy lên khay nướng có lót giấy da. Lặp lại với phần bột và phô mai còn lại.
j) Tùy chọn: Phủ lên trên một lớp thay thế trứng làm từ thực vật và rắc hạt nigella hoặc hạt vừng để tăng thêm hương vị và hấp dẫn thị giác.
k) Làm nóng lò ở nhiệt độ 400°F (200°C).
l) Nướng Kaşarlı Ekmek thuần chay trong 15-20 phút hoặc cho đến khi có màu vàng nâu, với phô mai tan chảy và sủi bọt.
m) Lấy ra khỏi lò và để nguội một chút trước khi dùng. Hãy thưởng thức món ăn ngon làm từ thực vật của món ăn cổ điển Thổ Nhĩ Kỳ này!

100.kete

THÀNH PHẦN:
- 4 chén bột mì đa dụng
- 1 thìa cà phê muối
- 1 thìa cà phê đường
- 1 muỗng canh men khô hoạt tính
- 1 cốc sữa ấm
- ½ chén dầu thực vật
- 1 quả trứng đánh tan (để rửa trứng)
- Hạt mè (để phủ lên trên)

HƯỚNG DẪN:

a) Trong một tô trộn lớn, trộn bột mì, muối và đường, trộn kỹ.

b) Trong một bát nhỏ riêng biệt, hòa tan men trong sữa ấm. Để yên khoảng 5 phút cho đến khi men nổi bọt.

c) Tạo một cái giếng ở giữa hỗn hợp bột và đổ hỗn hợp men và dầu thực vật vào. Trộn bằng thìa hoặc tay cho đến khi tạo thành một khối bột mềm.

d) Chuyển khối bột sang một bề mặt đã rắc chút bột mì và nhào trong khoảng 10 phút cho đến khi bột mịn và đàn hồi. Thêm bột mì nếu cần thiết để chống dính.

e) Đặt bột trở lại tô trộn, đậy lại bằng một miếng vải ẩm và để ở nơi ấm áp trong 1-2 giờ hoặc cho đến khi bột nở gấp đôi.

f) Sau khi bột đã nở, bạn ấn mạnh xuống để loại bỏ bọt khí. Chia bột thành các phần có kích thước bằng nhau dựa trên kích thước Kete mà bạn mong muốn.

g) Lấy một phần và cán thành hình chữ nhật mỏng, dày khoảng 0,5 cm.

h) Quét trứng đã đánh lên bề mặt của miếng bột đã cán mỏng, để lại một đường viền nhỏ xung quanh các cạnh.

i) Bắt đầu từ một đầu, cuộn chặt miếng bột thành hình khúc gỗ, tương tự như cuộn thạch.

j) Nhẹ nhàng kéo căng bột đã cán từ cả hai đầu, làm cho bột dài hơn và mỏng hơn.

k) Lấy một đầu của miếng bột đã căng và xoắn thành hình xoắn ốc, tương tự như bánh quế. Tiếp tục xoắn cho đến khi bạn đạt đến đầu bên kia.

l) Lặp lại quá trình với các phần bột còn lại.
m) Làm nóng lò nướng của bạn ở nhiệt độ 375°F (190°C) và lót khay nướng bằng giấy da.
n) Đặt bánh mì Kete xoắn lên khay nướng đã chuẩn bị sẵn. Quét trứng đã đánh lên bề mặt và rắc hạt vừng lên trên.
o) Nướng Kete trong lò làm nóng trước trong 20-25 phút hoặc cho đến khi vỏ bánh chuyển sang màu nâu vàng và bánh mì đã chín.
p) Lấy bánh mì ra khỏi lò và để nguội trên giá lưới trước khi dùng. Thưởng thức Kete tự làm của bạn!

PHẦN KẾT LUẬN

Khi chúng tôi kết thúc hành trình đầy hương vị của mình thông qua "Nghệ thuật nướng bánh mì thuần chay tại nhà", chúng tôi hy vọng bạn đã trải nghiệm được niềm vui và sự hài lòng khi làm ra chiếc bánh mì thuần chay thơm ngon trong chính căn bếp của mình. Mỗi công thức trong các trang này là sự tôn vinh tính nghệ thuật, hương vị và sự ngon lành không độc hại mà món nướng thuần chay mang đến cho bàn ăn của bạn—một minh chứng cho khả năng vô tận trong thế giới làm bánh mì làm từ thực vật.

Cho dù bạn thích sự đơn giản của bánh mì sandwich cổ điển, vị thơm của bột chua hay thưởng thức vị ngọt của bữa sáng, chúng tôi tin rằng 100 công thức nấu ăn này đã truyền cảm hứng cho bạn để nâng cao kỹ năng làm bánh mì thuần chay của mình. Ngoài nguyên liệu và kỹ thuật, cầu mong ý tưởng nướng bánh mì thuần chay sẽ trở thành nguồn vui, sự sáng tạo và sự đóng góp tuyệt vời cho lối sống nhân ái.

Khi bạn tiếp tục khám phá thế giới làm bánh thuần chay, mong rằng "Nghệ thuật nướng bánh mì thuần chay tại nhà" sẽ là người bạn đồng hành đáng tin cậy của bạn, hướng dẫn bạn nhiều lựa chọn ngon miệng giúp việc làm bánh mì thuần chay trở thành một trải nghiệm thú vị và thỏa mãn. Đây là cách đón nhận nghệ thuật làm bánh mì thuần chay và thưởng thức hương vị thơm ngon của những ổ bánh mì làm từ thực vật — chúc bạn nướng bánh vui vẻ!

www.ingramcontent.com/pod-product-compliance
Lightning Source LLC
LaVergne TN
LVHW021658060526
838200LV00050B/2408